இரட்டை இயேசு

இரட்டை இயேசு

விஜய ராவணன்

எதிர்
வெளியீடு

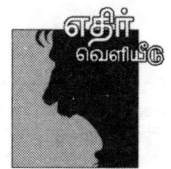

இரட்டை இயேசு
விஜய ராவணன்

முதல் பதிப்பு: ஜனவரி 2024

எதிர் வெளியீடு,
96, நியூ ஸ்கீம் ரோடு, பொள்ளாச்சி - 642 002
தொலைபேசி: 04259 - 226012, 99425 11302

விலை: ரூ. 250

Irattai Yesu
Vijaya Ravanan
First Edition: January 2024

Published by
Ethir Veliyeedu, 96, New Scheme Road. Pollachi - 2
email: ethirveliyedu@gmail.com
www.ethirveliyeedu.com

ISBN: 978-81-19576-97-5
Cover Design: Santhosh Narayanan
Printed at Jothy Enterprises, Chennai.

All rights reserved. No part of this book may be reprinted or reproduced or utilised in any form or by any electronic, mechanical or other means, now known or hereafter invented, including Photocopying and recording, or in any information storage or retrieval system, without permission in writing from the Publisher.

நன்றி

என்னுடைய முதல் படைப்பான 'நிழற்காடு' சிறுகதைத் தொகுப்பைப் பதிப்பித்த 'சால்ட்' பதிப்பகம், மற்றும் எழுத்தாளர் நரன், 'இரட்டை இயேசு' தொகுப்பில் இடம்பெற்றிருக்கும் கதைகளை வெளியிட்ட தமிழினி, அகழ், வனம், அரூ, ஓலைச்சுவடி இதழ்கள், தமிழ்ச் சிறுகதை மரபில் இந்தத் தொகுப்புக்கான இடத்தைக் கோடிட்டுக்காட்டும் விதமாக முன்னுரை எழுதித்தந்த மூத்த எழுத்தாளர் எம். கோபாலகிருஷ்ணன், கதைகளை வாசித்துக் கருத்துகளைப் பகிர்ந்துகொண்டதோடு பின்னட்டைக் குறிப்பையும் எழுதித்தந்த மூத்த எழுத்தாளர் அம்பை, இந்தத் தொகுப்பிலுள்ள கதைகளைச் செம்மைப்படுத்த உதவிய எழுத்தாளர் த.ராஜன், முகப்பு ஓவியம் வரைந்துதந்த சந்தோஷ் நாராயணன், எப்போதும் உடன் இருக்கும் இலக்கிய நண்பர்கள் கார்த்திக் பாலசுப்ரமணியன், மயிலன் ஜி சின்னப்பன், சங்கர நாராயணன், ஹரிஷ் கணபதி, ஆனந்த், இந்தப் புத்தகத்தை நேர்த்தியாக வெளியிட்டிருக்கும் 'எதிர்' பதிப்பகம் மற்றும் அனுஷ்.

புனைவின் புதிய சாத்தியங்கள்

எம். கோபாலகிருஷ்ணன்

தமிழில் இன்று எழுத வரும் இளைஞர்களின் முன்னால் இருக்கும் சவால், பன்னெடுங்காலமாய் இங்கே புனைவின் அனைத்து வகைமைகளிலும் முன்னோடிகளால் ஏற்கெனவே நிகழ்த்தப்பட்டிருக்கும் சாதனைகளே. கவிதை, சிறுகதை, நாவல், கட்டுரை என எந்தத் துறையில் எழுத முனைந்தாலும் குறைந்தபட்சம் நூறாண்டுகளாக எழுதி நிறுவப்பட்ட படைப்புகளைக் கடந்து வந்தாக வேண்டும். இந்த ஆக்கங்களில் சிலவற்றையேனும் வாசித்து அவை தரும் வியப்பையும் மலைப்பையும் தாண்டி எனக்கும் சொல்ல இருக்கிறது என்று ஒரு இளைஞன் துணிவது இத்தகைய வலுவான பெரு மரபின் ஒரு கண்ணியாகும் சாத்தியம் தரக்கூடிய வசீகரம்தான்.

இந்தச் சவாலைச் சந்திக்கும்போது, ஏற்கெனவே வலுவான படைப்புகளுடன் வீற்றுள்ள புனைவின் எல்லைகளை விரிவாக்கும் முனைப்புடன் எழுத வேண்டிய தேவையுள்ளது. தமிழில் முன்பே எழுதப்பட்ட நன்கறிந்த உலகையும் வாழ்வையும் எழுதாது புதிய வகையான, இதுவரை அறிமுகமாகாத புதிய களங்களை எழுதிக்காட்டுகிறார்கள். உலகின் பல்வேறு தேசங்களைப் பின்புலமாகக் கொண்டு அவற்றின் கலாச்சார அம்சங்களை இணைத்து கதைகளை உருவாக்குகிறார்கள். இன்றைய புதிய தகவல் தொழில்நுட்பம் அமைத்துத் தந்திருக்கும் வசதி வாய்ப்புகளின் காரணமாக உலகெங்கும் பயணம் செய்து தாங்கள் காணும் அந்நிய நிலத்தையும் வாழ்க்கையையும் நம்பகத்தன்மையுடன் இணைக்கிறார்கள். இன்றைய இளைஞர்களின் இவ்வகையான எழுத்துகள் தமிழ் புனைவுலகுக்குப் புதிய வண்ணங்களைச் சேர்க்கின்றன.

விஜயராவணனின் இத்தொகுப்பிலுள்ள கதைகள் தமிழில் எழுதப்பட்டவை என்றாலும் தமிழ்க் கதைகளல்ல. தமிழ் நிலத்தையோ தமிழ் வாழ்க்கையையோ இவை சொல்லவில்லை. நாம் அதிகமும் அறியாத வேறு நிலங்களில் நிகழும் வெவ்வேறு வாழ்க்கையைச் சொல்ல முனைகின்றன. அறிவியல், போர், பெருந்தொற்று, அதிகாரம் ஆகியவற்றால் உலகளாவிய மனிதச் சமூகம் சந்திக்க நேரும் பாதிப்புகளில் இக்கதைகள் மையம் கொள்வதால் இவை தமிழில் எழுதப்பட்ட உலகக் கதைகள் என்று அடையாளப்படுத்தலாம்.

களங்களின் அந்நியத்தன்மையோடு இவற்றின் கதைமொழியும் இணைந்து மொழிபெயர்ப்புக் கதைகளோ இவை என்ற மயக்கத்தைத் தருவதையும் கவனிக்க முடியும்.

மனிதகுலத்தின் நினைவடுக்குகளில் மறையாத வடுக்களை ஏற்படுத்தும் போரின் விளைவுகளை அடிப்படையாகக் கொண்ட இரு கதைகள் இத்தொகுப்பில் உள்ளன. போர் காரணமாக நிறங்களை இழந்து அனைத்தையும் கருப்பு வெள்ளையாகக் காண்பவன் உலகெங்குமுள்ள லட்சக்கணக்கானவர்களில் ஒருவனே. போரால் சொந்த நிலத்திலிருந்து விரட்டப்பட்டவர்கள் எந்தத் தேசத்தில் எப்படிப்பட்ட நிலையில் இருந்தாலும் 'அகதி' என்ற அடையாளத்தை உதிர்த்துவிட முடியாது. யாரேனும் ஒருவர் ஏதேனும் ஒரு விதத்தில் அதை மீண்டும் மீண்டும் நினைவுபடுத்திக்கொண்டேதான் இருப்பார்கள்.

துப்பாக்கிகளுடன் எதிரெதிர் முனைகளில் நின்றபோதும் ஒரே தொட்டியில் இருந்த இரு தங்கமீன்கள் அவ்விருவரையும் இணைக்கின்றன. பாதையும் கொள்கைகளும் வேறாயினும் தொலைத்த அவரவர் பால்யத்தை அவரவர் நிலத்தில் தேடும் அவர்களது வேட்கை ஒன்றே.

நோய்த்தொற்றுக் காலத்தில் அனைவருமே கைவிடப்பட்ட, அடுத்தவரை அஞ்சிய நிலையின் அபத்தத்தை இன்று உலகம் கடந்து வந்திருக்கிறது. ஆனால், அந்தக் கொடுங்காலம் ஏற்படுத்திய வலுவான உளச்சிக்கல்களிலிருந்து பலர் இன்னும் மீளவில்லை. அது விதைத்த அச்சம் சிலுவையின் மறுபக்கத்தில் அறையப்பட்ட இன்னொருவனைப் போல எப்போதும் தலைமீது அசைந்துகொண்டே இருக்கிறது.

துரிதமாகவும் பிசகில்லாமலும் காரியங்களைச் செய்துகொடுக்கும் செக்குமாட்டுத் தனத்திலிருந்து மனித எந்திரங்களை விடுவித்து அடுத்த படிநிலைக்கு அவற்றைக் கொண்டுசெல்லும் செயற்கை நுண்ணறிவைக் குறித்த விவாதங்கள் வலுப்பெற்றுள்ளன. துறை சார்ந்த சொல்லாடல்களுடன் தொழில்நுட்ப விவரங்களுடன் எழுதப்பட்ட ஒரு கட்டுரையை வாசிப்பதன் வழியாக அடையும் தெளிவைவிட அறிவியல் புனைகதை ஒன்றைப் படிப்பதன் மூலம் இன்னும் எளிதாகப் புரிந்துகொள்வது சாத்தியம். இத்தொகுப்பிலுள்ள 'என்றூழ்' அத்தகைய ஒரு முக்கியமான கதை. மனிதனின் அன்றாட வாழ்விலும் அவனது அக உலகிலும் அந்தரங்கத்திலும் இன்றைய அறிவியல் தொழில்நுட்பம் எவ்விதமான செல்வாக்கைச் செலுத்த முடியும் என்பதைச் சொல்கிறது இக்கதை. அறிவியலையும் புராணத்தையும் இணைக்கிறது என்ற விதத்திலும் கவனிக்கத்தக்கது. தமிழில் இப்போது கவனம் பெறும் அறிவியல் புனைகதைகளின் பட்டியலில் உறுதியாக இடம்பெறும் தகுதியைக் கொண்டுள்ளது.

முற்றதிகாரம் ஒருபோதும் வரலாற்றையும் நினைவுகளையும் சகித்துக்கொள்ளாது. அவற்றை அழித்தொழிக்கவே தீர்மானிக்கும். அதிகாரத்தை எப்போதுமே கேள்வி கேட்கிறது என்பதால் கலையை அது அஞ்சுகிறது. வரலாற்றையும் நினைவுகளையும் அவற்றை மனிதனுக்குத் தொடர்ந்து நினைவூட்டும் கலைகளையும் அழித்த பிறகு எஞ்சுவது என்ன? வலுவான இந்தக் கேள்வியை எழுப்பும் 'அகாலம்' சிறுகதை அந்தக் கேள்விக்கு சாத்தியமான விடைகளை யோசிக்கவும் தூண்டுகிறது.

விஜயராவணனின் இக்கதைகள் யாவும் அந்நிய நிலத்தில் நிகழ்பவை. இவை முன்வைக்கும் கதைக்களங்களும் அதிகமும் நமக்குப் பரிச்சயமில்லாதவை. ஆனால், தன் நேர்த்தியான சித்தரிப்பின் மூலமாக இவற்றை நமக்கு நெருக்கமான கதைகளாக அவரால் மாற்றிவிட முடிந்திருக்கிறது.

'இன்னொருவன்', 'தங்கமீன்கள்' ஆகிய இரண்டு கதைகள் மாய யதார்த்தக் கதை பாணியில் எழுதப்பட்டவை. இவ்வகையான கதைகளில் உள்ள சவால் வாசகனிடத்தில் நம்பகத்தன்மையை உறுதிப்படுத்துவதுதான். தங்கமீன்களைப் பிரசவிக்கும் அழகியை ஒரு போர்ச் சூழலில் மிகுந்த நம்பகத்தன்மையுடன் இணைக்க முடிந்திருக்கிறது. ஆனால், 'இன்னொருவன்' கதையில் அந்த நம்பகத்தன்மை அமைந்து வரவில்லை என்ற சந்தேகம் ஏற்பட்டதன் காரணமாகவே கதையின் இறுதிப் பகுதியில் அவற்றைத் தொடுக்க முயன்றிருக்கிறார்.

'ஆரஞர் உற்றன கண்', 'என்றூழ்' போன்ற மரபான தமிழ்ச் சொற்றொடர்களைத் தலைப்பாக இட்டிருப்பது, அந்நியமான கதைகளையும் களங்களையும் தமிழ்க் கதைகளாக உணர்த்துவதற்கான முனைப்போ என யோசிக்கச் செய்கிறது.

விஜயராவணனின் முதல் தொகுப்பான 'நிழற்காடு' அளித்த அனுபவத்தையும் நம்பிக்கையும் மேலும் உறுதிப்படுத்துவதாக இந்த இரண்டாவது தொகுப்பிலுள்ள கதைகளுமே அமைந்துள்ளன. அதுவே ஒரு புனைகதையாளராக அவர் அடைய நினைக்கும் இலக்கை நோக்கிய அவரது பயணத்தை நமக்குத் தெளிவாக உணர்த்துகிறது.

- ❏ ஆரஞர் உற்றன கண் 14
- ❏ அகாலம் 40
- ❏ இரட்டை இயேசு 62
- ❏ என்றாழ் 76
- ❏ இன்னொருவன் 116
- ❏ தங்கமீன் 146

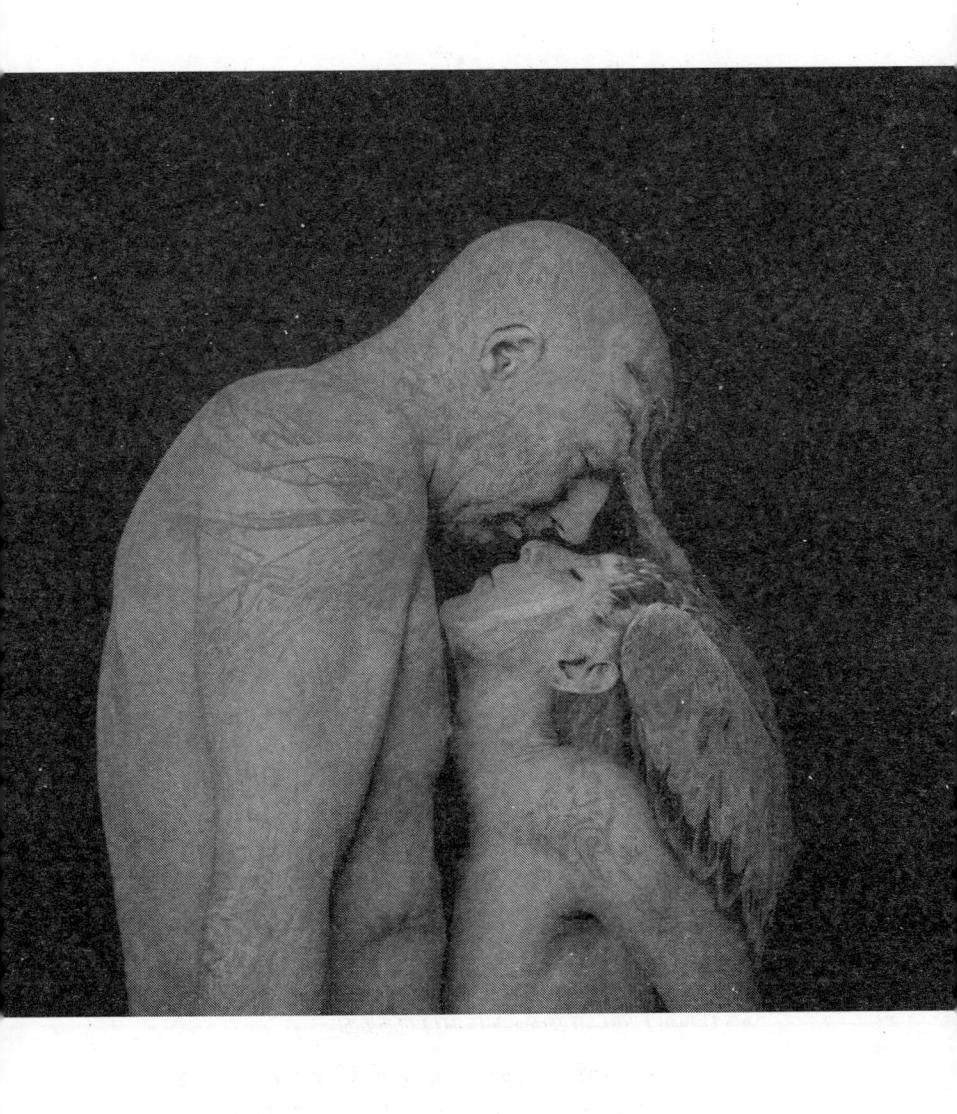

ஆரஞர் உற்றன கண்

நான் அவனை ஜெர்மனியின் ஸ்டட்கர்ட் நகரில் முதன்முறை பார்த்த நாளில், க்ளோரா உணவகத்தில் அளவுக்கு அதிகமாக ஒளிர்ந்துகொண்டிருந்த மின்விளக்குகள் அன்றைய இரவின் கருமைக்கு வண்ணம் தீட்டியிருந்தன. உணவக வாசலில் நெருக்கமாய் இடப்பட்டிருந்த சிறுசிறு வட்ட மேசைகளைச் சுற்றியிருந்த குட்டையான மர ஸ்டூல்களிலும் உயரமான மூங்கில் நாற்காலிகளிலும் அமர்ந்து மக்கள் புகைப்பதும் மது அருந்துவதுமாய்ச் சிரித்துப் பேசிக்கொண்டிருந்தனர்.

உணவகத்தின் மேல்தளத்து முற்றத்தின் அலங்காரச் செடிகளின் நடுவே பல வண்ண மின்விளக்குகள் பிரகாசித்தன. தூரத்தில் அவ்வப்போது வானவேடிக்கைகளும் செவிமடலைக் கிழிக்கும் எலெக்ட்ரிக் கிடார் இசையுமாய் ஆண்டின் கடைசி இரவில் எல்லோரது பியர் கோப்பைகளும் மகிழ்ச்சியில் நிரம்பி வழிய, அவன் மட்டும் ஒரு விடுபட்ட சொல்லைப் போல் தனித்திருந்தான். பார்வை சற்றும் சிதறாமல், கையில் விரித்திருக்கும் புத்தகத்தில் ஆழ்ந்திருந்தது. அவனது காப்பிக் கோப்பை சூடாறிக்கொண்டிருந்தது.

எதிர் மேசையில் பியர் அருந்திக்கொண்டிருந்த சிலர் என்னைப் பக்கவாட்டுப் பார்வையால் கவனித்து தங்களுக்குள் ஏதோ முணுமுணுத்துச் சிரித்துக்கொள்ளவும், இவன் நொடிப்பொழுது என்னைப் பார்த்துவிட்டு மீண்டும் புத்தகத்திற்குள்

தொலைந்துபோனான். முரண்பாடான அந்த அலட்சியப் போக்குதான் அன்று என்னை அவனிடம் முதன்முதலில் பேசவைத்திருக்க வேண்டும்.

"புத்தகத்துக்குள் மூழ்கிப்போகாமல் இருந்தால் சரிதான்."

பரிச்சயமற்ற பெண்குரலைக் கேட்டு நிமிர்ந்துபார்த்தவன் சில நொடி நிதானத்திற்குப் பிறகு, "கண் முன்னே ஒருவன் மூழ்கிப்போனால் காப்பாற்ற மாட்டீர்களா என்ன?" என்றான்.

அவனது ஜெர்மன் உச்சரிப்பு சரளமாக இருந்தாலும் அந்நியத்தன்மை துருத்தித் தெரிந்தது. தன் எதிரே காலியாக இருந்த மூங்கில் நாற்காலியைக் காட்டி என்னை அமரச்சொன்னான். அவனது வட்ட முகத்தில் நீலக் கண்கள் நேர்த்தியாய்ப் பொருந்தியிருந்தன.

"சுற்றிலும் பாருங்கள்! உங்களையும் அந்தக் கிறிஸ்துமஸ் தாத்தா பொம்மையையும் தவிர எல்லோரும் கூச்சலும் கும்மாளமுமாய் பியர் அருந்திக்கொண்டிருக்கிறார்கள்."

தன் பின்னால், முதுகில் பரிசுமூட்டையுடன் சிரித்தபடி நிற்கும் தடித்த அட்டையாலான கிறிஸ்துமஸ் தாத்தா பொம்மையை அப்போதுதான் கவனிப்பவன்போல் திரும்பிப்பார்த்தான். அடர்ந்த தாடியின் மறைவிலிருந்து புன்னகை சில நொடி எட்டிப்பார்த்தது.

ஸ்டட்கர்ட் நகரில் ஆங்காங்கே தென்படும் அரபி முகம்தான் என்றாலும் ஏதோவொரு பிரத்யேக ஈர்ப்பைத் தன்னுள் மறைத்துவைத்திருந்தான். ஆனால், அவனது பார்வையில் இயல்பான விலகல் இருந்தது. அதற்கான காரணத்தை நான் அறிந்தே இருந்தேன்.

"உங்களுக்குக் குடிக்க ஏதாவது?" எரிந்து முடித்த சிகரெட்டை ஆஷ் ட்ரேயில் தட்டியபடியே கேட்டான்.

நான் மட்டும் தனியாக மது அருந்த விருப்பமில்லாததால், "ப்ளாக் காப்பி" என்றேன்.

"இப்போது பியர் அருந்தாத பட்டியலில் மூன்று பேர்" என்றான் சலனமற்ற புன்னகையோடு.

தன் கறுப்பு மேலங்கியைக் கழற்றி நாற்காலியின் பின்னால் விரித்துப்போட்டிருந்தான். அரைக்கை டீஷர்ட் உடல்

இறுக்கத்தைக் கூட்டிக்காட்டியது. புறங்கை ரோமங்கள் குளிரில் விறைத்துநின்றன.

"குளிரவில்லையா என்ன?"

கண்சிமிட்டியபடியே, "புத்தாண்டு இரவின் கடற்கரைக் காற்றுக்கென்றே பிரத்யேக சுகம் இருக்கிறது" என்றான். வாசித்துக்கொண்டிருந்த புத்தகத்தை மேசை மீது வைத்தபோது அதன் அட்டைப்பட ஓவியத்தைக் கவனித்தேன்.

ஊதா நிறப் பின்னணியினூடே ஒரு சிறுவனின் கண்கள் மட்டும் தெரிகின்றன. பாதி மூடிய அவ்விழிகளைச் சுற்றி சுருள்சுருளாய் வெள்ளைக் கோடுகள்.

"முற்றுபெறாத ஒரு சிறுவனின் தேடலைப் பேசும் புத்தகமா?" எனக் கேட்டேன்.

"அருமை! கிட்டத்தட்ட நெருங்கிவிட்டீர்கள். காலச்சுழற்சியில் தன்னைத் தொலைத்துவிட்ட சிறுவர்களைப் பற்றிய தொகுப்பு."

"ஒருவேளை ஊதா நிறத்தைக் கொஞ்சம் அடர்த்தியாகக் கையாண்டிருந்தால் சிறுவனின் முடிவற்ற தேடலின் சோகம் இன்னும் சிறப்பாக மேலெழுந்து வந்திருக்கலாம் எனத் தோன்றுகிறது. கற்பனையையும் தேடலையும் ஒன்றாகக் கிளறிவிடும் பிரத்யேகத்தன்மை ஊதா நிறத்துக்கு உண்டு" என நான் சொல்லவும் புருவங்களை வளைத்து, தன் ஆச்சரியத்தை வெளிப்படுத்தினான்.

"முறையாக ஓவியம் பயிலும் மாணவிக்கு வண்ணங்களின் மௌனம் புரியாமலா இருக்கும்?" சிகரெட்டைப் பற்றவைத்தபடி சொன்னேன்.

"புத்தாண்டு இரவில் இளம் ஓவியருடனான சந்திப்பை நான் எதிர்பார்த்திருக்கவில்லை."

"ரூகன் கடற்கரையின் சூரிய ஒளியில் கண்கள் கிறங்கிப் படுத்திருக்கும் இளம்பெண்ணைச் சுற்றிக் கடற்பறவைகள் சிறகடிக்கும் மிகப் பழைய புகைப்படமொன்றைப் புது வண்ண ஓவியமாக இப்போது மீளுருவாக்கிக்கொண்டிருக்கிறேன். நினைவுகளில் புதைந்துபோன பழைய கறுப்புவெள்ளைப் புகைப்படங்களைச் சமகால வண்ண ஓவியமாக்குவதில்தான் எனக்கு ஆர்வம் அதிகம்."

தனக்குள்ளாக லேசாகப் புன்னகைத்தபடி, "ஏன் கறுப்புவெள்ளை மீது இத்தனை கோபம்?" என்றான்.

"அப்படியெல்லாம் இல்லை. வண்ணங்கள்தானே ஓவியங்களின் மொழி." சற்று சாய்ந்து அமர்ந்துகொண்டு புகைத்தபடி சொன்னேன்.

விநோதமான கூற்றைக் கேள்விப்பட்டதைப் போல் தலையசைத்துக்கொண்டான். தன் மேலாடைப் பையிலிருந்து அவனும் மல்போரா சிகரெட்டை எடுத்துப் பற்றவைத்தான். "புகைப்பதில் மட்டும் எப்போதும் சலிப்பு ஏற்படுவதில்லை. அதிலும், வாரயிறுதியில் நண்பர்களோடு ஹூக்கா புகைக்கத் தொடங்கினால் கேட்கவே வேண்டாம். நேரம் போவதே தெரியாது!"

ஆவி பறக்கும் காப்பிக் கோப்பை வந்தது. நான் என் பணப்பையை எடுக்கும் முன் இரண்டு யூரோ நாணயங்களைக் கொடுத்திருந்தான்.

"ஸாரி! என்னால் உங்கள் வாசிப்பு தடைப்பட்டுவிட்டது. சுவாரசியமான கதையா?" கையுறையைக் கழற்றி மேலங்கிக்குள் வைத்தபடி கேட்டேன்.

"அப்படியெல்லாம் இல்லை. ஒரு விசித்திரமான கிளைக் கதையொன்று வாசித்துக்கொண்டிருந்தேன். ஆனால், நிச்சயம் உங்களுக்குப் பிடிக்காது!"

நீலக் கண்கள் விநோதமாக ஜொலித்தன. அவன் என்னிடம் ஏதோ சொல்ல விழைவதாகத் தோன்றவும், "அப்படி என்ன கதை அது?" என்று கேட்டேன்.

"நிறங்களுக்கும் ஒரு சிறுவனுக்குமான நெருக்கத்தைப் பற்றிப் பேசும் சிறு பகுதி."

காப்பிக் கோப்பையின் முதல் மிடறைப் பருகியபடி, "நிறங்கள் பற்றி என்றால் நீங்கள் கட்டாயம் சொல்லித்தான் ஆக வேண்டும்."

"சரி! உங்கள் விருப்பம்" எனப் புத்தகத்தை விரித்து வாசிக்கத் தொடங்கினான்...

"அந்தச் சிறுவனின் கால்கள் ஓரிடத்தில் நிற்காது. எப்போதும் எங்காவது திரிந்துகொண்டேதான் இருப்பான். சமையலறையில் அம்மா இருக்கும்போது வீட்டின் பின்னால் இருக்கும்

அத்திமரத் தோட்டத்திற்குப் போய்விடுவான். அவள் தோட்டத்திற்குத் தேடிவந்தால் இவன் வீதிக்கு ஓடிவிடுவான். இவனைக் கவனிக்கவே ஒரு ஆள் தேவை.

அன்று விட்டுவிட்டு மழை பெய்துகொண்டிருக்கிறது. வீட்டில் வேறு யாருமில்லை. தன் இஷ்டத்திற்குத் தோட்டத்தில் தனித்து உலாவிக்கொண்டிருக்கிறான். அப்போதுதான் முதன்முறை அந்த ஏணியைப் பார்க்கிறான்.

நம்ப முடியாத அளவிற்கு மிக உயரமான மூங்கில் ஏணி அது. பச்சை படர்ந்திருக்கும் சுவரில் சாய்ந்திருக்கிறது. அண்ணாந்துபார்த்த சிறுவனுக்கு ஏணியின் மறுமுனை தெரியவில்லை. குறுகுறுப்புடன் மெல்ல ஏறத் தொடங்குகிறான். ஏழெட்டுப் படிகள் ஏறிய பின் மீண்டும் அண்ணாந்து பார்க்கிறான். இன்னமும் ஏணியின் மறுமுனை தெரிந்தபாடில்லை.

யாரோ கூப்பிடும் குரல் கேட்கிறது. சிறுவன் இன்னும் வேகமாக ஏறுகிறான். ஏணியும் நீண்டுகொண்டேபோகிறது. அடுத்தது என்ன என்ற குறுகுறுப்போடு ஏறிக்கொண்டே இருக்கிறான். இப்போது கீழிருந்து கூப்பிட்ட குரலும் கேட்கவில்லை. அடுத்த சில ஏணிப்படிகளில், கூட்டிற்குத் திரும்பும் பறவைகளைப் பார்க்கிறான்.

மேகங்களைத் தாண்டியும் ஏணி நீள்கிறது. முடிவில்லா ஏணியின் அந்தரத்தில் நிற்பதாகத் தோன்றவும் முதன்முறை உள்ளூர நடுக்கம் மேலிட, கீழே குனிந்துபார்க்கிறான். ஏறிவந்த படிகள் மேகப் புகைமூட்டத்தில் மறைந்திருக்கின்றன. ஆதியும் இல்லை, அந்தமும் இல்லை. அச்சத்தில் அண்ணாந்துபார்த்து உரக்கக் கத்தியபோது எதேச்சையாக வானவில்லில் மோதிவிடுகிறான்."

"வானவில்லிலா?" கண்கள் விரிய ஆச்சரியமாய்க் கேட்டேன்.

"ஆம்! வானவில்லில்தான். ஏன் உங்களுக்கு வானவில் பிடிக்காதா?" வாசிக்கும் பக்கத்தில் புத்தகக்குறியை வைத்தபடி கேட்டான்.

"இல்லை. அப்படியொன்றும் இல்லை." முகத்தில் விழுந்த முடிக்கற்றையைப் பின்னுக்குத் தள்ளிக்கொண்டே, "அப்புறம் என்ன நடந்தது?" எனக் கேட்டேன். மீதிக் கதையைத் தொடர்ந்தான்.

“வானவில்லில் மோதிய அதிர்ச்சியில் சிறுவன் பிடி நழுவி கீழே விழுகிறான். கண் திறந்து பார்க்கையில் அத்திமர இலைகள் அசைவது தெரிகிறது. எதிரே பச்சை படர்ந்த சுவரைப் பார்க்கிறான், அதிர்ச்சியோடு. அவன் ஏறிய ஏணி இப்போது அங்கில்லை.

தோட்டத்தில் தனியாகச் சுவரை வெறித்துக்கொண்டிருக்கும் மகனைத் தேடிப்பிடித்த தாய், சிறுவனின் வெளுத்த முகத்தில் திட்டுதிட்டாய்ப் படிந்திருக்கும் வண்ணங்களைப் பார்த்து ஆச்சரியத்தோடு கேட்கிறாள், “எங்கிருந்து இத்தனை வண்ணங்களைப் பூசிக்கொண்டு வந்தாய்?”

சிறுவனுக்குப் புரிந்துவிட்டது. மெல்லச் சிரித்தபடி அண்ணாந்து வானவில்லைப் பார்க்கிறான்.

“இது சரி கிடையாது” என்று பாதியிலே இடைமறித்தேன். புத்தகத்தை மூடிவைத்துவிட்டு என்னைப் பார்த்தான்.

“ஸாரி! என்னால் இதை ஏற்றுக்கொள்ள முடியவில்லை. வானவில்லின் நிறங்கள் சிறுவனின் உடம்பில் உதிர்ந்துவிட்டால் நிறங்களற்ற வானவில்லை எந்தக் கண்கள்தான் விரும்பும்?”

“நான் சொன்னேன்தானே! இந்தக் கதையை நீங்கள் விரும்ப மாட்டீர்கள் என்று. வண்ணங்களை நேசிக்கும் ஒருத்தியால் எப்படிக் கறுப்புவெள்ளை வானவில்லை ஏற்றுக்கொள்ள முடியும்? உண்மையில், நிறங்கள் என்பதே மூளையின் சித்துவேலைதானே!” என அவன் சொல்லிக்கொண்டிருந்தபோது திடீரென்று மின்விளக்குகள் மொத்தமாக அணைக்கப்பட்டன.

இசைக்கும் கைத்தட்டல்களுக்கும் பலவித ஆர்ப்பாட்டங்களுக்கும் மத்தியில் பத்திலிருந்து எண்கள் தலைகீழாய்ச் சத்தமாக எண்ணப்பட்டன. இருண்ட வானத்தைப் பார்த்தபடியே இருந்தோம்.

இன்னிசையின் மத்தியில் மீண்டும் வானில் வெளிச்சம் பிறந்தது. ‘புத்தாண்டு வாழ்த்துகள்’ என்று கைகுலுக்கிக்கொண்டோம். பலவண்ண வானவேடிக்கைகளால் இரவு மீண்டும் அலங்கரிக்கப்பட்டது. ஃபோனில் அழைத்து புத்தாண்டு வாழ்த்துகள் சொன்னார் அப்பா. “நாளை மதிய உணவு உங்களோடுதான். எனக்குப் பிடித்த ஆய்ஸ்டர் உணவைத் தயாரித்துவைக்க அம்மாவிடம் சொல்லிவிடுங்கள்.”

பேசி முடித்ததும் மீண்டும் கைபேசி காமிராவில் வானவேடிக்கைகளைப் புகைப்படம் எடுக்கத் தொடங்கினேன். அவன் வெறுமனே கைகளைக் கட்டிக்கொண்டு மேலே பார்த்துக்கொண்டிருந்தான்.

"நீங்கள் ஃபோட்டோ எடுக்கவில்லையா?"

"ஃபோட்டோ எடுக்கும் காட்சிகள் நினைவுகளில் தங்குவதில்லை. அதுவும் போக எனக்குப் பொதுவாக இந்த மாதிரியான வண்ணச் சிதறல்களில் ஆர்வம் கிடையாது. நான் நிறங்களை ரசிப்பதில்லை."

"ஏன்?"

"எனக்கு நிறங்கள் தெரிவதில்லை."

"ஜீஸஸ்!" புகைப்படம் எடுப்பதை நிறுத்திவிட்டு அவனை ஆச்சரியமாய்ப் பார்த்தேன். "புரியவில்லை, நிறங்கள் தெரியாதா?"

"ஆமாம், எனக்குக் கறுப்பு வெள்ளையைத் தவிர மற்ற நிறங்கள் தெரியாது. நீங்கள் எடுத்திருக்கும் புகைப்படங்களில் பிற நிறங்களை நீக்கிவிட்டால் தோன்றும் கறுப்புவெள்ளைக் காட்சிதான் நான் எப்போதும் பார்ப்பது."

அவன் சொல்வதை உள்வாங்க சில விநாடிகள் தேவைப்பட்டன. பார்வை தெரியாதவர்கள் மீது இயல்பாய்த் தோன்றும் பரிவே முதலில் என்னுள் மேலிட்டது. ஆனால், அவனுக்குத்தான் பார்வை தெரியுமே! ஆனால், நிறங்கள் மட்டும் தெரியாதா? அப்படியென்றால் நான் தெரிகிறேனா? தெரிந்தால் எந்த நிறத்தில்?

"நான் அணிந்திருக்கும் பழுப்புநிற குளிர் ஜாக்கெட் தெரிகிறதா?"

"தெரிகிறது. ஆனால், சாம்பல் மிகுந்த கறுப்பு நிறத்தில்."

"என் ஸ்கர்ட்டின் சிவப்பு நிறம்?"

"இல்லை. நிழலின் அடர்கறுப்பு நிறம்."

என் வட்டத் தொப்பியைக் கழற்றிக் கூந்தலைப் பறக்கவிட்டபடி கேட்டேன், "என் தங்க நிறக் கூந்தல்?"

"ஓ! என்னைப் பொறுத்தவரை உங்கள் கூந்தல் யானைத் தந்தத்தின் மங்கலான வெள்ளை நிறம்."

“மங்கலான வெள்ளையா?”

“கறுப்பு வெள்ளை சாம்பல் நிறங்களுக்குள்ளேயே பல உட்பிரிவுகளை என்னால் நுணுக்கமாகச் சொல்லிவிட முடியும். கண்கள் அப்படியே பழகிவிட்டன.”

அபத்தமான பல கேள்விகளைத் தொடர்ந்து கேட்டபடி இருந்தேன். சாலையில் கடந்துபோகும் அடர்பச்சை ஆடி காரை காட்டி, கிறிஸ்துமஸ் மரத்தில் அணைந்து அணைந்து எரியும் சீரியல் விளக்குகளின் நிறங்களைப் பற்றி, தங்க நிற பியர் கண்ணாடிக் குப்பியைச் சுட்டிக்காட்டி.

என்னுடைய இலக்கற்ற கேள்விகளுக்கு முகம் சுளிக்காமல் அமைதியாகப் பதில் சொன்னான்.

“ஸாரி, என்னால் கேள்விகளைக் கட்டுப்படுத்த முடியவில்லை.”

“பரவாயில்லை. எல்லோருக்கும் ஏற்படும் அதிர்ச்சிதான். அதனால்தான், யாரிடமும் இதைப் பற்றிச் சொல்வதில்லை. ஆனால், புத்தாண்டு இரவில் உண்மையை மறைக்கவோ பொய் சொல்லவோ விருப்பம் இல்லை.”

அப்போதுதான் நினைவு வந்தது. நாங்கள் இதுவரை ஒருவருக்கொருவர் அறிமுகமாகிக்கொள்ளவில்லை.

“ஹன்னா, முதுகலைக் கலைக் கல்லூரி மாணவி” என்று கைகொடுத்தேன். பின் அரசு நிறுவனத்தில் வேலைபார்க்கும் அம்மா, போர்ஷே கார் தொழிற்சாலையில் பணியாற்றும் அப்பா, மேற்கு ஸ்டட்கார்ட்டில் நாங்கள் வசிக்கும் கருங்காரை ஓடுகள் பதித்த வீடு, என்னுடைய யமஹா கிராண்ட் பியானோ என்று என்னைப் பற்றி வரிசையாய் அடுக்கினேன்.

அவன் பெயர் அகமது அரீஃப். தந்தைக்கு மிகவும் பிடித்த துருக்கிக் கவிஞனின் பெயரைத்தான் தனக்கு வைத்திருப்பதாகச் சொன்னான். தன் எட்டாவது வயதில் ஈராக்கிலிருந்து ஜெர்மனி வந்ததாகவும், கடந்த பதினேழு வருடங்களாக இங்கேயே இருப்பதால் தனக்கு ஜெர்மன் மொழி எழுதவும் வாசிக்கவும் நன்கு தெரியும் என்றும் சொன்னான். அதைத் தாண்டி தன்னைப் பற்றி அவன் எதுவும் பெரிதாகச் சொல்லிக்கொள்ளவில்லை. கூச்சசுபாவியாகத் தெரிந்தான். இந்த விஷயத்தில் எங்களது நடவடிக்கை நேரெதிராய் இருந்தது. அவன் ஒரு ஜெர்மானியனைப் போல் புது நபரோடு அதிகம் பேச யோசித்தான். நானோ அவனது கறுப்புவெள்ளைக்

காட்சிகளைப் பற்றி விடாமல் கேட்டுக்கொண்டே இருந்தேன். கட்டுப்படுத்த முடியாத என் குறுகுறுப்பை அவனது நீலக் கண்கள் ரசித்தபடி இருந்தன.

உலகப் போரின் வன்மத்தைச் சித்தரிக்கும் ஓட்டோ டிக்ஸின் ஓவியக் கண்காட்சியில்தான் அரீஃபை மறுபடி சந்தித்தேன்.

கைத்தடி ஊன்றி குனிந்து நடக்கும் சூனியக்காரியின் முதுகில் அமர்ந்திருக்கும் முகமூடி அணிந்த குழந்தையின் ஓவியத்தைக் கூர்ந்து பார்த்துக்கொண்டிருந்தான். கைகளைக் கட்டிக்கொண்டு அவன் பின்னால் நிற்கும் என்னைக் கவனித்திருக்கவில்லை.

“வண்ண ஓவியக் கண்காட்சியைக் கறுப்புவெள்ளையில் பார்த்த முதல் நபர் நீங்களாகத்தான் இருப்பீர்கள். பாவம் ஓட்டோ டிக்ஸ்! தன் ஓவியங்களுக்காகச் சிறைக்குச் சென்றவர்.” காக்கிநிற தோள்பையைச் சரிசெய்தபடி சொன்னேன். என் குரலைக் கேட்டுத் திரும்பிப்பார்த்தான்.

“இப்படி ஒருவன் பிற்காலத்தில் தன் ஓவியங்களை வெறும் கறுப்புவெள்ளையில் மட்டுமே ரசிப்பான் என்று முன்னவே தெரிந்திருந்தால் சிறைக்கெல்லாம் சென்று கஷ்டப்பட்டிருக்க மாட்டார்” என்று சொல்லிச் சிரித்தான்.

இறுக்கமான வெள்ளைநிற பேண்ட்டும் கறுப்புநிற டிஷர்ட்டும் அதே கறுப்பு வண்ணத்தில் தடித்த வெள்ளைப் புள்ளிகள் கொண்ட ஸ்கார்ப்பும் அணிந்திருந்தான். மேலங்கியும் கறுப்பு நிறம். முழுக்க கறுப்புவெள்ளையில் தெரிந்தான். இல்லை எனக்கும் அப்படித் தெரியத் தொடங்கிவிட்டதா? ஐயோ கடவுளே!

“கறுப்புவெள்ளையில் இல்லாத அழகு வேறெந்த நிறத்தில் இருக்கிறது? உண்மையில் கண்களுக்குத் தெரிவது வெறும் சிவப்பு பச்சை நீலம் மூன்று நிறங்கள் மட்டும்தானே! சொல்லப்போனால் உங்கள் கண்களையெல்லாம் மூளை ஏமாற்றுகிறது” என்றான். சுற்றி இருந்த எல்லோரும் எங்களை ஒரு நிமிடம் திரும்பிப் பார்க்க இருவரும் சத்தமில்லாமல் புன்னகைத்துக்கொண்டோம்.

அரீஃபை முதன்முறை பார்த்த அன்று அவனைப் பற்றி நான் ஊகித்திருந்தது முற்றிலும் தவறாகத்தான் இருந்தது. எழுத்தாளன், கவிஞன், கல்லூரிப் பேராசிரியர், சுற்றுச்சூழல்

ஆலோசகன்... இப்படி என்னென்னவோ... ஆனால், அரீஃப் ஒரு நூலகர். ஸ்டட்கர்ட் பொது நூலகத்தில் பணியாற்றுவதாகச் சொன்னான்.

"அரீஃப்! உங்களுக்குக் கறுப்புவெள்ளைக் காட்சிகள் சலிப்பூட்டவில்லையா என்ன?"

"இன்னொரு சந்தர்ப்பத்தில் நாம் சந்திக்கும்போது சொல்கிறேன்" என்றான்.

அந்த வாரயிறுதியில் பெற்றோருடனான இரவு உணவு, நண்பர்களோடு ஷாப்பிங் என முன்னரே நான் திட்டமிட்டிருந்ததால் திங்கட்கிழமை மாலை சந்திப்பதாகச் சொல்லி விடைபெற்றேன்.

உறுதிப்படுத்திக்கொண்டதுபோல் அரீஃபைச் சந்திக்க ஸ்டட்கர்ட் பொது நூலகத்திற்குச் சென்ற மாலை வேளையில், நீலம் வெளிர்பச்சை என இரட்டை நிறங்களில் நூலகம் ஒளிவீசிக்கொண்டிருந்தது. விஸ்தாரமான ஒன்பது அடுக்கு நூலகம். சாலையோரம் செங்குத்தாய் நிறுத்திவைக்கப்பட்ட பிரம்மாண்ட ரூபிக் புதிர் கனச்சதுரத்தைப் போன்றதொரு வடிவமைப்பு. பலதடவை கடந்துசென்றிருந்தாலும் அன்றுதான் முதன்முறை அந்த அழகிய நூலகத்திற்குள் சென்றேன்.

ஒளியூட்டப்பட்ட கண்ணாடி மேற்கூரையின் வழியே நடுக்கூடத்தில் வெளிச்சம் விரவிக்கிடந்தது. நூலகத்தின் கனச்சதுர உட்புறம் மொத்தமும் அசல் வெள்ளை நிறம். மாபெரும் சர்க்கரை க்யூபிற்குள் நிற்பதைப் போல் உணர்ந்தேன். வெண்ணிற நீள்சதுர வாசிப்பு அறைகள். அதே நிறத்தில் படிக்கட்டுகள். அரீஃப்காகவே அந்த நூலகத்தின் உட்புறம் முழுவதும் வெள்ளை நிறத்திலேயே வடிவமைக்கப்பட்டதாய்த் தோன்றியது.

"இன்றுதான் இந்த நூலகத்துக்கு வருகிறீர்களா என்ன?" என் அலைபாயும் பார்வையிலிருந்து அவனாகவே தெரிந்துகொண்டான்.

"உங்களுக்குதான் ஒருவிதத்தில் நன்றி சொல்ல வேண்டும். உலகின் அழகியதொரு நூலகத்திற்குள் நுழையாமலேயே என் வாழ்நாள் கழிந்திருக்கும்."

"இதை உள்ளூர்ப் பெண் சொல்வது ஆச்சரியம்தான்."

"லிஃப்ட்டில் போகலாமா?"

"நூலகத்தில் லிஃப்ட்டைப் பயன்படுத்துவது பாவச்செயல்."

அவன் அப்படிச் சொன்னதன் காரணம் சீக்கிரமே விளங்கியது. ஒவ்வொரு தளமாக ஏறிச்சென்று தேடிவந்த ஓவியப் புத்தகத்தை எடுப்பதற்குள் சமகால அரசியல் புத்தகமொன்றும் நுண்கலை பற்றிய நூலொன்றும் எடுத்திருந்தேன். ஒழுங்கற்றரீதியில் அங்குமிங்குமாய் வடிவமைக்கப்பட்ட வெள்ளைப் படிக்கட்டுகளில் அடுத்தடுத்த தளத்திற்கு ஏறிச்சென்றோம். அரீஃப் சொன்ன முடிவற்ற ஏணியில் ஏறும் சிறுவனின் கதை நினைவுவந்தது.

எட்டாவது தளத்திலிருந்து கீழே பார்த்தேன். நான்கு பக்கமும் இருந்த வெள்ளைச் சுவரின் வெளிப்புறத்தில் புத்தகங்கள் அடுக்கப்பட்டிருந்தன. பல வண்ணக் கோடுகளாய்த் தெரிந்த அந்த நூல்களைப் பார்ப்பதற்கு அழகிய கேன்வாஸ் ஓவியம்போல் தோன்றியது.

நூலக வாசிப்பு அறையில் நான் அமரவில்லை. எடுத்த புத்தகங்களோடு வரவேற்பறைக்குச் சென்று அரீஃப் பக்கம் குட்டையான ஸ்டூல் ஒன்றை எடுத்துப்போட்டு உட்கார்ந்துகொண்டேன்.

"கிட்டத்தட்ட இந்த நூலகத்தில் இரண்டு லட்சத்து முப்பதாயிரம் நூல்கள் இருக்கின்றன!" என்றான் எதிரே கணினியைப் பார்த்தபடி, "ஆனால் என் குர்திஷ் மொழிப் புத்தகம் ஒன்றுகூட இல்லாதது எனக்கு வருத்தம்தான்."

"ஓ! அரபி உங்களின் தாய்மொழி இல்லையா?"

"இல்லை. என் தாய்மொழி குர்திஷ். அரபி தெரியாதவர்கள் மேலோட்டமாய்ப் பார்க்கும்போது, இரண்டும் ஒரே மொழிபோல் தோன்றும். ஆனால், அடிப்படையில் அரபி இனமும் குர்திஷ் இனமும் இருவேறு துருவங்கள்."

அன்றைய தினத்திற்குப் பின், என் அட்டவணையில் அரீஃபுடனான சந்திப்பு முன்கூட்டியே எப்போதும் திட்டமிடப்பட்டிருக்கும். நாங்கள் அடிக்கடி சந்தித்துக்கொண்டோம். பொதுவாக நூலகத்தில். அல்லது உணவகத்தில். காப்பிக் கோப்பையோடோ, இல்லை வினிகரில் ஊறவைத்த மாட்டிறைச்சியைச் சுவைத்தபடியோ.

பொறுமையாக அவன் கொடுக்கும் விளக்கங்களும், வாசித்துக்காட்டும் கவிதைகளும், நீலக் கண்களும், இவை எல்லாவற்றைவிட அவனது கறுப்புவெள்ளை உலகம்தான் என்னை ஒவ்வொரு முறையும் அதே குறுகுறுப்போடு அவனைச் சந்திக்கவைத்தது.

ஒருவிதத்தில் சமீபத்திய என் காதல்முறிவும்கூட இதற்குக் காரணம். அது விட்டுச்சென்ற வெறுமையை அரீஃபின் கறுப்புவெள்ளை உலகத்தால் மெல்ல நிறைக்கத் தொடங்கினேன். கண்களை மூடிக்கொண்டு ஜாஸ் இசையைக் கேட்கும் பொழுதுகளில் தோன்றுவதுண்டு, இசைக்கு நிறம் என்று ஒன்றிருந்தால் நிச்சயம் அது கறுப்புவெள்ளையாகத்தான் இருக்கும்.

உடம்பின் ஒவ்வொரு உறுப்புக்கும் அதனதன் ஆசை. ஓசைகள் செவிக்கென்றால் நிறங்கள்தானே கண்களின் ஆசை... தேடல் எல்லாம்... அரீஃபின் கண்களுக்கும் அந்த ஆசை இருக்கும்.

என் கல்லூரி வகுப்பு முடிந்த பின்னான மாலை வேளையில் சாலை விளக்கை ஒட்டிய கஃபேயில் சந்தித்துக்கொண்டோம். வெனிலா ஐஸ்கிரீம் நிறைந்த கோல்ட் காப்பியை எனக்குச் சொன்னேன். ஆனால், அரீஃப் கோல்ட் காப்பியை விரும்புவதில்லை. “ஏற்கெனவே வெளியே குளிர்கிறது. உள்ளுக்குள்ளும் ஏன் குளிர வேண்டும்” என மல்போரோ சிகரெட் பற்றவைத்தபடி புத்தகத்தை விரித்தான்.

“உனக்கு ஏன் புத்தகங்களின் மீது இத்தனை ஆர்வம்?”

“இந்தக் குளிர்காலத்திலும் உனக்கு ஐஸ்க்ரீம் போட்ட காப்பி பிடித்திருப்பதைப் போல் எனக்கு ஏனோ புத்தகம் பிடித்திருக்கிறது.”

கண்களை உருட்டி அவனை முறைப்பதைப் போல் பாவனைகாட்டினேன்.

“விளையாட்டுக்குச் சொன்னேன். என் புத்தகப் பசி அப்பாவிடமிருந்து வந்ததுதான். சொல்லப்போனால் என் அப்பா அம்மாவின் முதல் சந்திப்புக்கும் திருமணத்திற்கும்கூடப் புத்தகங்கள்தான் காரணம்.

தொண்ணூறுகளில் எங்கள் குர்திஷ் இனத்தில், படித்த ஆண்களே குறைவு. பெண்கள் மிகவும் சொற்பம். ஆறாயிர வருடம்

பழமைவாய்ந்த நாகரிகம் செழித்த ஈராக் மண்ணுக்குத்தான் இந்த அவலநிலை!"

"எனக்கு இப்போது ஈராக் வரலாற்றைக் கேட்பதைவிடப் புத்தகங்கள் மீதான உன் பெற்றோரின் காதலைப் பற்றித் தெரிந்துகொள்வதில்தான் ஆர்வம்."

"சரிதான்! வரலாறு என்றாலே எல்லோரும் ஒரு அடி பின்னால் போய்விடுவார்கள்." என்னைக் கேலிசெய்வதைப் போல் உதட்டைச் சுழித்து, பின் பேச்சைத் தொடர்ந்தான்.

"எங்கள் கிராமத்தின் மலை அடிவாரத்துப் பள்ளியில் அப்பா வாத்தியாராக இருந்தார். அழித்தொழிப்புகளுக்கு இடைப்பட்ட சொற்ப நாட்களில்தான் அப்போது பள்ளிகள் இயங்கும். மற்ற நாட்களில் வீட்டில் இருந்தபடி அக்கம்பக்கத்துப் பிள்ளைகளுக்குப் பாடம் சொல்லிக்கொடுப்பார். சந்தைக்குப் போய்வரும் கழுதையின் பொதிக்குள்தான் புத்தகங்களை மறைத்துவைத்துக் கொண்டுவருவார். "உன்னால் மற்றவர்களுக்கும் ஆபத்து" என்று அப்பாவை ஊர்க்காரர்கள் கடிந்துகொள்ளும்போதெல்லாம் "உனக்கு அந்தப் பொதி சுமக்கும் கழுதையே மேல்!" என்று கடந்துவிடுவார்.

இரண்டு அறைகள் மட்டுமே கொண்ட வீட்டின் அலமாரி அடுக்குகளில் புத்தகங்களைச் சேகரித்து நூலகம் போன்ற ஒன்றை உருவாக்கினார். யாருக்கும் தெரியாமல் நடத்தப்பட்ட உலகின் மிகச் சிறிய நூலகம் அதுவாகத்தான் இருக்கும். அதுவும் எங்கள் சிறுபான்மை குர்திஷ் இனத்தின் மீது சதாமின் கொடூரம் உச்சத்தில் இருந்த சமயத்தில்! அப்போது ஈரான் ஈராக் போர் வேறு! இப்போது யோசித்துப் பார்த்தாலும் எனக்கே வியப்பாகத்தான் இருக்கிறது."

"புத்தகங்கள் வைத்திருப்பது அத்தனை பெரிய குற்றமா? இதற்கெல்லாம் ஏன் பயப்பட வேண்டும்?" குடித்துக்கொண்டிருந்த காப்பிக் கோப்பையை மேசை மீது வைத்துவிட்டுக் கேட்டேன்.

"அப்போது பயத்திற்கும் தண்டனைக்கும் காரணங்கள் தேவைப்படவில்லை. குர்திஷ் இனத்தவனாய் உயிர் பிழைத்து வாழ்வதே சாதனையாக இருந்த காலத்தில் அப்பா அவ்வளவு புத்தகங்களை யாருக்கும் தெரியாமல் அக்கம்பக்கத்தில் விநியோகித்துக்கொண்டிருந்தார். அவரது நூலகத்தில் புத்தகம்

எடுத்து வாசித்த ஒரே பெண் அம்மாதான். அதுவே இருவரும் இணையக் காரணமாகவும் அமைந்துவிட்டது.

சிறுவயதில் பார்த்திருக்கிறேன். எல்லா இரவுகளிலும் அப்பா தான் வாசித்த ஏதேனும் ஒரு புத்தகத்திலிருந்து அம்மாவுக்குக் கதை சொல்வார், இல்லையென்றால் சத்தமாக வாசித்துக்காட்டுவார். அவர்களுக்குள் ஒரு ஒழுங்கு இருந்தது. ஒருநாள் அப்பா வாசித்துக்காட்டினால் மறுநாள் அம்மா அதைத் தொடர வேண்டும். அம்மா வாசிக்கும்போது சூடான ரொட்டியை பிட்டு வாயில் போட்டபடியே அப்பா கதைகேட்பார். இருவரில் யாராவது ஒருவரை உறக்கம் அழுத்தும்வரை இது தொடரும். என்னை மடியில் கிடத்தியபடி இரவு முழுவதும் அம்மாவும் அப்பாவும் பேசிக்கொண்டிருப்பார்கள். புரிந்தும் புரியாமலும் அந்த வயதில் நானும் பல இரவுகள் கதை கேட்டதுண்டு. “கடைசிவரை என்னிடம் சொல்ல உங்களிடம் ஏதேனுமொரு கதை மிச்சமிருக்குமானால் எனக்குச் சம்மதம்” என்றுதான் அம்மா திருமணத்திற்கு ஒப்புக்கொண்டதாக அப்பா அடிக்கடி சொல்வார்.

“ஆச்சரியம்தான்! பிற்படுத்தப்பட்ட மத்திய கிழக்கு சமூகத்திலிருந்து இந்தளவு புத்தகங்களில் ஆர்வம்மிக்க பெண்ணா?”

இதைச் சொன்ன பின்தான் அதன் தாக்கத்தை உணர்ந்து நாக்கைக் கடித்துக்கொண்டேன். ஆர்வமாய்ப் பேசிக்கொண்டிருந்தவன் மௌனமானான். அரீஃப் முகம் சட்டெனப் பொலிவிழந்திருந்தது.

“நேரமாகிவிட்டது. போகலாம்” என்றான்.

அவன் காயப்பட்டிருப்பது வெளிப்படையாகத் தெரிந்தது. இருந்தும் மன்னிப்புக்கான ஒற்றை வார்த்தையை ஏனோ நான் சொல்லவில்லை. ஏதோவொன்று என்னை ஆக்கிரமித்து ஊமையாக்கியது. அன்று உணவகத்தை விட்டு சீக்கிரமாகவே கிளம்பியிருந்தோம். போகும் வழியின் நீண்ட பாதையும் சாலையோரம் மௌனமாய் நிற்கும் ஓக் மரங்களின் பாரமான அமைதியும் பயணத்தை மேலும் கனக்கச்செய்தது.

அன்றைய இரவு வீட்டுக்கு வந்ததும் என் படுக்கையறை விளக்கைச் சோர்வுடன் ஒளியூட்டினேன். மெல்லிய மின்னொளியில் என் சாய்வு வரைபலகை பளிச்சிட்டது. வெள்ளை மார்பிள் தரையில் பல வர்ணத் தூரிகைகள் சிதறியிருந்தன. கடலின்

மீதிருக்கும் ப்ரியத்தில் என் படுக்கைவிரிப்பு, தலையணை, தடியான குளிர்காலப் போர்வை எல்லாமும் நீலநிறம்தான். படுக்கையில் கிடந்ததும் கடல் மேல் மிதப்பதைப் போன்று உணர்ந்தேன். ஜன்னல் கண்ணாடியினூடே சாலை மெர்க்குரி விளக்கின் மஞ்சள் வெளிச்சம் அறையை நிறைத்தது. நான் நிறங்களால் சூழப்பட்டுக்கொண்டிருந்தேன்.

நள்ளிரவாகியிருந்தது. பேசாமல்விட்ட மௌனம் உறுத்தியது. இறுக்கத்தை உதறித்தள்ளி அரீஃபை அழைக்கலாம் என்று நினைத்த நொடியில், உறங்கியிருக்கக்கூடும் என்று எனக்கு நானே சமாதானம் சொல்லிக்கொண்டு அழைக்காதிருந்தேன். ஆசுவாசமான ஓர் சொல்லோ மன்னிப்பைக் கோரும் ஒற்றைப் புன்னகையோகூடப் போதுமானதாக இருந்திருக்கும். எது என்னை அவனிடமிருந்து விலக்கி நிறுத்துகிறது? என்னை ஊமையாக்கும் அந்த மேலமை உணர்வின் கசப்பை உள்ளூர உணர்ந்தே இருந்தேன்.

அடுத்த நாள் அரீஃபைக் காண நூலகம் சென்றபோது நேற்றைய சம்பவத்தைப் பற்றி நானாக எதுவும் பேசிவிடக் கூடாது என்று முடிவெடுத்திருந்தேன். என்னைப் பார்த்ததும் அரீஃப் தன் கைக்கடிகாரத்தைக் காட்டி ஏன் இன்று தாமதம் என்று எப்போதும்போல் யதார்த்தமாகக் கேட்டான். நேற்றைய நிகழ்வின் எந்தவொரு சுவடும் அவனிடம் இல்லை. வழக்கமான நிதானத்தோடு பேசினான். நூலகத்தின் ஒன்பதாவது தளத்தில் இருக்கும் கஃபேயில் இரண்டு காப்பிக் கோப்பைகளோடு நாங்கள் சிரித்துப்பேசிய பின்தான் முழுதாய் மீண்டிருந்தேன்.

“இது என் அப்பாவுக்கும் அம்மாவுக்கும் நெருக்கமான புத்தகம். வாசித்துப் பார்” என்று ‘கில்கமெஷ்’ காப்பியத்தின் ஆங்கில மொழிபெயர்ப்பை என்னிடம் கொடுத்தபோது அரீஃப் முகத்தில் சலனமற்ற புன்னகை உறைந்திருந்தது.

தோழியின் பிறந்தநாள் கொண்டாட்டத்தையொட்டி விடுமுறை நாளின் பின் மாலை வேளையில் நண்பர்களோடு புறநகருக்குச் சென்றிருந்தேன். தேவைக்கு அதிகமான உணவும் மதுவும் மேசையில் பரத்திக்கிடந்தன. ஹோட்டலின் பெயர் பதித்த சிவப்பு உடை அணிந்திருந்த சிப்பந்தி எங்களுக்கான உணவைப் பரிமாறிக்கொண்டிருந்தபோது எதிரே தொலைக்காட்சி திடீரென்று பரபரத்தது.

புலம்பெயர்ந்த அரபியர்கள் அதிகம் கூடும் கேளிக்கை ஹுக்கா பாரில் துப்பாக்கிச்சூடு என்ற அவசரச் செய்தி பெரிய சிவப்பு எழுத்துகளில் ஓடிக்கொண்டிருந்தது. சம்பவ இடத்திலேயே ஏழு பேர் உயிரிழந்துவிட்டனர். மேலும், சிலர் காயமடைந்துள்ளனர். கொலையாளி தன்னைத்தானே சுட்டுக்கொண்டு இறந்துவிட்டான். இந்நிகழ்விற்கு ஜெர்மன் அரசு தன் ஆழ்ந்த இரங்கலையும் கண்டனத்தையும் தெரிவித்திருப்பதாக எச்சரிக்கை வளையத்திற்கு வெளியே நிற்கும் நிருபர் நேரலைக் காணொளியில் படபடவெனப் பேசிக்கொண்டிருந்தார். பின்னால் ஆயுதமேந்திய கறுப்பு உடை போலிஸ்காரர்கள் நின்றிருந்தனர். ஆம்புலன்ஸ் சைரன் அலறிக்கொண்டிருந்தது.

என்னைத் தவிர யாரும் அந்தச் செய்தியைப் பெரிதாகப் பொருட்படுத்தவில்லை. மதுவின் போதையில் நண்பர்கள் தங்களுக்குள் சிரித்துப் பேசிக்கொண்டிருந்தனர். மனம் கனத்துப்போனது. அரீஃப் எண்ணுக்கு அழைத்தேன். எடுக்கவில்லை. சுற்றிக் கேட்கும் சிரிப்பொலிகளும் பேச்சரவமும் அதன் உதாசீனமும் மேலும் என்னைச் சஞ்சலப்படுத்தின. சாந்தமாக இருப்பதாகப் பாவனை செய்ய முயன்றேன். இந்த முறையும் அவன் அழைப்பை எடுக்கவில்லை. நண்பர்களுடனான உரையாடலைத் துண்டித்துவிட்டு வெளியே சென்றேன். ஆயிரமாயிரம் எண்ணங்கள் மலையாய்க் குவிந்து அழுத்தின. நெஞ்சுக்குள் ஏதோ பாரமாக உணர்ந்தேன். முகத்தில் வழியும் வியர்வையைப் புறங்கையால் துடைத்துக்கொண்டு மீண்டும் அரீஃபை அழைத்தேன். அழைப்புமணி அடங்க இருந்த நொடியில் மறுமுனையில் அவனது குரல் ஒலித்ததும் பெருமூச்செறிந்தேன்.

ஆழ்ந்த உறக்கத்திலிருந்து விழித்தவன்போல் பேசினான். என் பேச்சில் தொனித்த திணறல் அவனையும் பதற்றமடைய வைத்திருக்கும். என்ன விஷயம் என்று கேட்டான். தவிப்பு மட்டுப்பட்ட குரலில், "ஒன்றுமில்லை" என்றேன்.

"இதே போன்ற நிகழ்வுகள் இப்போது சகஜமாகிவிட்டன" என்று மறுநாள் அரீஃப் சொன்னபோது நான் பதிலேதும் சொல்லவில்லை. ஆதரவாய்த் தோளில் தட்டினேன்.

பொதுவாக நான் அணியும் வட்டத்தொப்பியும் கணுக்காலைத் தாண்டிய நீளமான பூட்ஸும் குளிர்கால ஸ்கார்ஃபும் தோள்பையும் ஒரே நிறத்தில் இருக்கும்படி

பார்த்துக்கொள்வேன். இப்போது அந்தப் பழக்கம் என்னையே அறியாமல் மாறிவிட்டது. அரீஃபின் கறுப்புவெள்ளைக் கண்களுக்காகவே ஒவ்வொன்றும் மற்றொன்றோடு பொருந்தாத வெவ்வேறு நிறங்களில் அணியத் தொடங்கினேன். தினமும் வெவ்வேறு வண்ண ஆடைகள். நித்தம் பல வண்ணங்களை என் உருவில் கூட்டாக அவனுக்குக் காட்சிப்படுத்த நினைத்தேன். ஆனால், அவனது கறுப்புவெள்ளை உலகம் என்றுமே அதைப் பொருட்படுத்தியதில்லை.

ஸ்டட்கார்ட் ஓபேராவில் மாலை நிகழ்ச்சியை முடித்துக்கொண்டு அரங்கத்திற்கு வெளியே வந்தோம். நான் அணிந்திருந்த, அடர்நீலத்தில் சிறுசிறு வெள்ளைப் புள்ளிகள் கொண்ட பினாஃபோர் ஸ்கர்ட்டை இரு கரங்களால் விரித்துக்காட்டி, “இது என்ன நிறம்? பார்க்க எப்படி இருக்கிறேன்?” என்ற வழக்கமான கேள்வியைக் கேட்டேன்.

அவனும் எப்போதும்போல், “கறுப்புவெள்ளைக் கோட்டோவியம்போல்” என்றான். புன்னகைத்தேன். அரீஃபின் கையைப் பற்றியபடி நடைபாதையில் சென்றுகொண்டிருந்தபோது, சாலையின் எதிர் மருங்கில் அகதிகளுக்கெதிரான ஊர்வலம் போய்க்கொண்டிருந்தது. நான் அந்த இடத்தைவிட்டு அரீஃபை வேகமாகக் கூட்டிச்செல்ல நினைத்தேன். எங்களைக் கடந்துசென்ற டாக்சியை நிறுத்த முயன்றேன். ஆனால், நான் எதிர்பார்க்கவில்லை. டாக்சி ஓட்டுநர் அரீஃபைப் பார்த்து வசைமொழிந்துவிட்டு காரை நிறுத்தாமல் சென்றான்.

‘அகதிகள் நாட்டின் பொருளாதாரக் கறையான்கள்’, ‘புலம்பெயர்ந்தவர்கள் நாட்டைவிட்டு அப்புறப்படுத்தப்பட வேண்டியவர்கள்’ என்ற பதாகைகளைச் சுமந்தபடி ஊர்வலம் சென்றது. அரீஃப் என் தோளைத் தட்டி என்னை ஊர்வலத்திற்கு வழிவிட்டு நிற்கும்படி சொன்னான்.

புஜத்தில் அபாயக்குறியை டாட்டூவாய்ப் பொறித்திருந்தவன் அரீஃபை நோக்கி உரக்கக் கத்தினான், “வேசிமகனே, நாட்டைவிட்டுப் போ! நீங்கள் எல்லோரும் கும்பலாக விரட்டப்பட வேண்டியவர்கள்! இல்லை சுட்டுக்கொல்லப்பட வேண்டியவர்கள்!”

ஊர்வலத்தை போலிஸ் ஒழுங்குபடுத்தியது. கூட்டம் எங்களைப் பார்த்துக் கத்தியபடியும் கோபமாய் வசைபொழிந்தபடியும்

ஒற்றை விரலை உயர்த்திக்காட்டியும் கடந்துசென்றது. நான் அரீஃபின் கரங்களை மேலும் இறுகப்பற்றி அனிச்சையாக, "மன்னித்துவிடு" என்றேன்.

"எதற்கு?" நிச்சலனமான கண்கள் ஆச்சரியத்தோடு என்னைப் பார்த்தன.

"அவர்களது சார்பில்."

"பாவம்! அவர்களுக்கு மறந்திருக்கும். முப்பது வருடங்கள் முன் கிழக்கு ஜெர்மனியிலிருந்து மேற்கு ஜெர்மனி வந்தவன்கூட அகதிதான்! வரலாற்று அகராதியில் 'அகதி' என்ற வார்த்தைக்கு மட்டும் பொருள் எப்போதும் மாறிக்கொண்டே இருக்கும்." என் கைகளை அனுகூலமாகப் பற்றிக்கொண்டான்.

புருவங்களில் வளையம் மாட்டியிருந்தவன் கூட்டத்திலிருந்து திரும்பி என்னைப் பார்த்துக் கத்தினான், "அந்த அரபிக்காரனோடு உனக்கு என்ன நெருக்கம்? உன்னைப் போன்றவர்களையும் சேர்த்தே நாடுகடத்துவோம்!"

உடல் முழுவதும் நெருக்கமாய்க் கரும்பச்சை டாட்டூ பொறித்திருந்த மேலும் இருவர், "ஆமாம், நாடுகடத்துவோம்!" என்று உரக்கக் கத்தினர்.

பிறந்த நகரின் பழக்கப்பட்ட வீதியில் முதன்முறை அஞ்சி, அந்நியன் என்று சொல்லப்பட்டவனின் பின்னால் ஒளிந்துகொண்டேன். மாலைநேரக் குளிரைக்காட்டிலும் அவர்கள் விட்டுச்சென்ற வெறுப்பின் குரோதத்தால் உடல் நடுங்கியது. என் பதற்றத்தை நான் சாய்ந்திருந்த தோள்கள் அறிந்திருந்தன.

"ஹன்னா! அவர்களுக்குத் தெரிந்திருக்க வாய்ப்பில்லை இல்லையா? என்னைப் பொறுத்தவரையில் ஜெர்மனியின் மூவர்ணக் கொடியும் ஈராக்கின் மூவர்ணக் கொடியும் கறுப்புவெள்ளைதானே!" என் தோளைத் தட்டி உற்சாகப்படுத்தினான்.

"சரி வா ஹன்னா, இன்று என் வீட்டுக்குப் போகலாம். இன்றைய நம் மாலைநேர உணவை நானே தயாரிக்கிறேன். மாட்டிறைச்சியும் வேகவைத்த உருளைக்கிழங்கு சாலட்டும் ரெஸ்டாரண்ட்டில் சாப்பிட்டு சாப்பிட்டு என் நாக்கு வறண்டுவிட்டது."

போகும் வழியில், "எத்தனை நாட்கள்தான் வெறும் காப்பியைக் கொடுத்தே உன்னை ஏமாற்ற முடியும்?" என பிரெஞ்சு ஒயின் வாங்கிக்கொண்டான்.

அரீஃப் வீட்டிற்குள் நுழைந்தபோது மழை அடித்துப் பெய்யத் தொடங்கியது. அவன் என்னைச் சமையலறைக்குள் அனுமதிக்கவில்லை. மின்விசிறிக் காற்றில் 'போரும் அமைதியும்' புத்தகப் பக்கங்கள் படபடத்தன. தன் மேலாடையில் சாமபல்நிற மேலுடுப்பை முன்புறம் கட்டி பின்பக்கமாக முடிச்சுப் போட்டுக்கொண்டான். தலையில் சமையல்காரக் குல்லா வேறு.

"நீ மிகப் பெரிய ஷெஃப் என்று இத்தனை நாட்கள் எனக்குத் தெரியாமல் போய்விட்டது."

"நீ தப்பித்தாய் என்று சந்தோஷப்பட்டுக்கொள்."

சமைத்து முடித்த உணவுகளை மேசையில் பரத்தினான்.

"இது அரபி பிரட். 'குபுஸ்' என்று சொல்வோம்."

வெள்ளை பீங்கான் தட்டில் அந்த பிரெட்டை நான்கைந்து துண்டுகளாகப் பிய்த்துப்போட்டுக் கொடுத்தான். இன்னொரு கிண்ணத்தில் சூடான கொண்டைக்கடலை சேர்த்த மட்டன் சூப்பை ஊற்றினான்.

"இதுதான் இருப்பதிலேயே எங்களின் எளிய உணவு. இதுவே ஈராக்காக இருந்திருந்தால், முழு ஆட்டிறைச்சியில் மசாலா போட்டு, ஒரு நாள் முழுவதும் பாலைவனச் சூட்டில் நன்கு வாட்டி, வறுத்த முந்திரியும் காய்ந்த திராட்சையும் சேர்த்து சமைத்துக் கொடுத்திருப்பேன்."

"அவ்வளவு கஷ்டம் உனக்கும் அந்த ஆட்டுக்கும் கொடுக்க வேண்டாமே என்று நினைத்தேன்."

அலமாரியில் தலைகீழாய் வைக்கப்பட்டிருந்த கண்ணாடிக் கோப்பைகளில் இரண்டை எடுத்துவைத்தான். என் காலிக் கோப்பையில் பிரெஞ்சு ஒயினை நிரப்பினான். அவனது கண்ணாடிக் கோப்பையில் தண்ணீரை ஊற்றிக்கொண்டான்.

கோப்பைகளை மேலே உயர்த்தி சியர்ஸ் என்று சொல்லிவிட்டு முதல் மிடறைப் பருகினோம். காரமும் மசாலாவும் உப்பும் அதிகம் சேர்க்காத ஜெர்மானிய உணவையே சாப்பிட்டுப் பழகிய என் நாவுக்கு இந்தக் கலவையான சுவை சற்று

விநோதமாக இருந்தது. பல நாட்களாய்க் கேட்க நினைத்த கேள்வியைக் கேட்டேன்.

"நீ ஏன் மது அருந்துவதில்லை? மதத்தின் பேராலா?"

அரீஃப் உடனே பதிலேதும் சொல்லவில்லை. நான் மீண்டும்மீண்டும் அதையே அழுத்திக் கேட்கவும் உற்சாகமற்ற குரலில், "மது பழைய நினைவுகளைக் கிளறிவிடும்" என்றான்.

"அதுவொரு நல்ல தருணம்தானே?"

"அது நினைவுகளைப் பொறுத்தது. என் சிறுவயது நினைவுகள் நிறங்களாலானவை. நான் மறக்க நினைப்பவை." அசௌகரியமான சலனம் முகத்தில் நெளிந்தது.

வெளியே மழை வலுவிழந்து தூறிக்கொண்டிருந்தது. தன் கீழாடைப் பையிலிருந்து மேலும் ஒரு மல்போரோ சிகரெட் எடுத்துப் பற்றவைத்தான். என் ஆதரவான வார்த்தைகளுக்கு அவன் காத்திருப்பதாகத் தோன்றியது.

"தனிமையில்தான் நினைவுகள் அச்சுறுத்தும். நான் உன்னோடு இருக்கிறேன். தயங்காமல் சொல். உனக்கு எப்போது நிறங்கள் மறையத் தொடங்கின?"

எப்போதும் சிரித்தபடி உடனே பதில் சொல்பவன் சில விநாடிகள் மௌனம்காத்தான். நீண்டதொரு உரையாடலுக்குத் தன்னைத் தயார்படுத்திக்கொள்கிறான் எனப் புரிந்தது. கைகள் இரண்டையும் மேசை மீது நீட்டிவைத்து பேசத் தொடங்கினான்.

"அன்றைய இரவின் எல்லா நிறங்களும் இன்றும் நினைவிருக்கிறது. சூடான ஈராக்கிய ரொட்டியின் பழுப்பு நிறம், நீல நிறத் தேநீர்க் குடுவை, அப்பா அணிந்திருந்த கறுப்புத் தலைப்பாகையின் சிவப்புப் புள்ளிகள், அவர் வாசித்துக்கொண்டிருந்த கில்கமெஷ் காப்பியத்தின் பழுப்புநிற அட்டை, அம்மா அணிந்திருந்த பச்சை ஹிஜாப், வானில் மிக அருகில் ஜொலித்த ஹெலிகாப்டர்களின் சிவப்பு விளக்குகள், இரவின் கறுப்பைக் கிழித்தபடி விழுந்த ராக்கெட் குண்டுகள்!

அப்போது எனக்கு எட்டு வயது. ஈராக் மீது அமெரிக்கா போர் தொடுத்திருந்தது. அப்பா அன்று எனக்காக கில்கமெஷ் கதையை அரபியில் வாசித்துக்கொண்டிருந்தார். உலகளவில் எழுதப்பட்ட முதல் புனைவுக் கதை என்று அப்பா பலமுறை

சொல்லியிருக்கிறார். அப்பாவால் அரபிக் கவிதைகளை அதன் நயம் மாறாமல் வாசித்துக்காட்டி குர்திஷில் விளக்கம் சொல்ல முடியும். அக்காவியத்தில் வரும் கவிதை வரிகளை சிலநாட்கள் பாடிக்காட்டுவார். அப்போதெல்லாம் அப்பாவின் குரலைக் கேலிசெய்து ஹிஜாப் சரிந்து விழுமளவு அம்மா சிரிப்பாள். ஆனால், அன்று அப்பா அக்கதையைச் சுருக்கமாக வாசிக்க, நான் அம்மாவின் மடியில் படுத்தபடியே கேட்டுக்கொண்டிருந்தேன்.

“தான் ஆளும் மக்களை வதைக்கும் வலிமைமிக்க கொடூர அரசனான கில்கமெஷின் ஆணவத்தை ஒடுக்க இறைவன் அவனுக்கு நிகரான என்கிடுவை களிமண்ணில் உருவாக்கி பூமிக்கு அனுப்புகிறார். இருவருக்குமிடையே உக்கிரமான போர் மூள்கிறது. கிட்டத்தட்ட அமெரிக்காவும் சதாமும் இப்போது அப்படித்தான் மோதிக்கொண்டிருக்கிறார்கள்” என்று அப்பா இடையில் சொன்னது இப்போதும் நினைவிருக்கிறது.

“கில்கமெஷூம் என்கிடுவும் மற்றவரது வீரத்தை வியந்து போரை நிறுத்திக்கொள்கின்றனர். ஆத்திரமடைந்த இறைவன் இருவருக்கெதிராகப் பொன்னிற இறக்கைகள் படைத்த காட்டெருமையை ஏவிவிடுகிறார்” என அப்பா வாசித்துக்கொண்டிருந்தபோது வானில் சிறகுகள் படபடக்கும் ராட்சப் பட்சிகளின் சப்தம் கேட்டது.

புத்தகத்தை அம்மாவிடம் கொடுத்துவிட்டு அப்பா வெளியே போய்ப் பார்த்தார். வானில் ஹெலிகாப்டர்கள் பிணந்தின்னிப் பருந்துகளாய் வட்டமடித்துக்கொண்டிருந்தன. அப்பாவின் பழுப்புநிறக் குர்தாவின் பின்னால் ஒளிந்துகொண்டேன். எல்லோரும் பயந்து பொதுவெளியில் கூடிய நேரத்தில் ஹெலிகாப்டர்கள் குண்டுமழை பொழியத் தொடங்கின. சுற்றிலும் சிமெண்ட்டும் புழுதியும் கலந்த சாம்பல் புகைமூட்டம். அப்பா என் கையைப் பிடித்திழுத்து ஓடத் தொடங்கினார். கால் இடறிவிடும் புர்காவைத் தூக்கிப்பிடித்தபடி அம்மாவும் பின்னால் ஓடிவந்தாள்.

கண்ணிமைக்கும் நேரத்தில் எல்லாம் நடந்துமுடிந்தது. ராக்கெட் குண்டுகளுக்கு எங்கள் வீடு முற்றிலும் தீக்கிரையானது. அப்பாவின் வாழ்நாள் சேகரிப்புகளையெல்லாம் பற்றி எரிந்த அந்த நெருப்பு நொடிப்பொழுதில் வாசித்துத் தீர்த்தது. மிக நெருக்கத்தில் அடுத்த குண்டு விழவும் நானும் அப்பாவும் தூக்கி வீசப்பட்டோம். சிதிலமடைந்த கட்டடத்தின் சுவரில் மோதி

விழுந்தேன். கடைசியாய் நான் பார்த்த நிறம், என் அப்பா உடலின் ரத்தச் சிவப்பு.

கொட்டகைக்குள் இயங்கிய தற்காலிக அவசர மருத்துவமனையில் நான் கண் திறந்து பார்த்தபோது கறுப்புவெள்ளையில் உருவங்கள் அங்குமிங்கும் நடந்துகொண்டிருந்தன. மருந்துநெடியும் ரத்தவாடையும் நிறைந்த நாற்றம். கட்டிலோரம் தலைசாய்ந்தபடி அம்மா அழுதுகொண்டிருந்தாள்.

அக்காட்சியை எப்போது நினைத்துப்பார்த்தாலும் என்னுள் இந்தக் கேள்வி எழும். அந்நேரம் ஒரு பெண் இறந்துபோன தன்னுடைய கணவனுக்காக அழுவாளா? இல்லை நினைவின்றிக்கிடக்கும் மகனுக்காக இறைவனிடம் மன்றாடுவாளா? இல்லை, நொடிப்பொழுதில் சூனியமாய்ப்போன தன் எதிர்காலத்தை நினைத்து ஒடுங்கிப்போவாளா? ஆனால், போர்க் காலத்தில் கேள்வி பதில்களுக்கெல்லாம் நேரம் கிடையாது."

கண்ணாடிக் கோப்பையில் தண்ணீர் ஊற்றிப் பருகிக்கொண்டான். அரீஃப் எதிரே அமர்ந்திருந்த நான் அவன் அருகில் போய் அமர்ந்து கைகளை ஆதரவாய்ப் பற்றினேன். ஆழ்ந்த பெருமூச்சுக்குப் பின் மீண்டும் சொல்லத் தொடங்கினான்.

"போரில் இறந்தவர்களை அடக்கம்செய்யும் பொதுத்திடலில் என் அப்பாவின் நல்லடக்கம் முடிந்த கையோடு என்னைப் பார்த்துக்கொள்ள அம்மா மருத்துவமனைக்குத் திரும்பியிருந்தாள். எனக்குப் பின்னந்தலையில் அடிபட்டிருந்தது. மூளையில் ரத்தம் கட்டியிருப்பதாக டாக்டர் சொல்லியிருந்தார். பழைய நினைவுகளையும் பார்வையில் நிறங்களையும் தொலைத்திருந்தேன். இடது கைகாலிலும் கொஞ்ச நாட்களுக்கு அசைவில்லை. 'மூளையின் சில நரம்புகள் பாதிக்கப்பட்டிருக்கின்றன. அதுபோக தூக்கிவீசப்பட்ட அதிர்ச்சி வேறு. சில மாதங்களில் நினைவுகளும் நிறங்களும் மீண்டுவரலாம், இல்லை வராமலும் போகலாம். அடுத்து கொடுக்கப்படும் மருத்துவ உதவியைப் பொறுத்தது' என்று டாக்டர் கூறினார். ஆனால், அவர் சொன்ன அடுத்தகட்ட சிகிச்சையை அளிக்கத் தோதான மருத்துவமனை அங்கில்லை. இரும்புக் குண்டுகளுக்குத் தப்பித்த ஒன்றிரண்டு மருத்துவமனைகளும் நிரம்பிவழிந்தன. உயிருக்குப் போராடும் பலர் படுக்கைகூடக் கிடைக்காமல்

தரையில் கிடத்தப்பட்டிருக்க, நினைவு திரும்பாத சிறுவனுக்கு மாதக்கணக்கில் தனிப் படுக்கையை ஒதுக்க வேண்டும் என்ற எண்ணமே பேராசைதான்.

போர் முடிந்து இரண்டு வாரங்களுக்குப் பிறகு, பாக்தாத்தில் இருக்கும் மருத்துவமனைக்கு மாற்றப்பட்டேன். உடல் சற்று தேறியிருந்தது. கைகால் அசைவுகளை மீட்டிருந்தேன். ஆனால், நினைவுகள் முழுதாய் மீண்டிருக்கவில்லை. அப்போதுதான் ஒரு தன்னார்வத் தொண்டு நிறுவனத்தின் உதவியுடன் அடுத்தகட்ட மருத்துவச் சிகிச்சைக்காக ஜெர்மனி வர அனுமதி கிடைத்தது. எல்லோருக்கும் அப்படி அமைவதில்லை. உயிரைப் பணயம்வைத்துப் பெரும் பணம் செலவழித்து சட்டத்திற்குப் புறம்பாகத்தான் பெரும்பாலானவர்கள் ஐரோப்பா எல்லையைக் கடக்கிறார்கள். அந்த விஷயத்தில் எனக்கு மட்டும் ஏனோ கடவுளின் கிருபை இருந்திருக்கிறது.

நான் அம்மாவோடு ஜெர்மனி வந்த சில மாதங்களில் இங்கு எடுத்துக்கொண்ட மருத்துவச் சிகிச்சைக்குப் பின் நினைவுகளை முழுதும் மீட்டுவிட்டேன். ஆனால், நிறங்கள் திரும்பவில்லை. ஏனோ என் மீது நிறங்களுக்குக் கோபம். காலப்போக்கில் எனக்கும் பழகிவிட்டது." பலவந்தமாகச் சிரிக்க முயன்றான்.

அரீஃப் நிறமற்ற உலகிலும் புத்தகத்திற்குள்ளும் வாழ்பவன் என்றவரையில் மட்டுமே அவனைப் பற்றி இத்தனை நாட்கள் மனதில் சித்தரித்து வைத்திருந்த எனக்கும் சில விநாடிகள் தேவைப்பட்டன.

"உன் அம்மா?"

"உடல்நிலை சரியில்லாமல், நான்கு வருடங்கள் முன்பு இறந்துவிட்டாள். மூன்று நாட்களாக அவளும் மரணத்தோடு போராடியபடி இருந்தாள். மருத்துவர்கள் கைவிரித்திருந்தனர். ஆனால், அவள் எதையோ வேண்டி உயிரை விடாமல் பிடித்திருப்பதாகத் தோன்றியது.

அப்பாவின் நினைவாய் ஈராக்கிலிருந்து அவள் எடுத்துவந்தது அந்தப் பழுப்புநிற கில்கமெஷ் புத்தகம் மட்டும்தான். அப்பா இறந்த பிற்பாடு அவள் வாசிப்பதை நிறுத்திவிட்டாள். என்னையும் வாசிக்கச் சொன்னதில்லை. பக்கங்கள் பழுப்படைந்துபோன புழுதியப்பிய கில்கமெஷ் புத்தகத்தை மருத்துவமனைக்கு எடுத்துச்சென்றேன். குண்டுவெடிப்பின்போது அப்பா எனக்கு வாசித்துக்காட்டிய பகுதியிலிருந்து தொடர்ந்தேன்.

"சுவர்க்கத்து எருமையைக் கொன்ற என்கிடு, கடவுள்களின் சாபத்தால் நோய்வாய்ப்பட்டு இறந்துவிடுகிறான். கில்கமெஷ் முதன்முறை மரணத்தைக் கண்டு அஞ்சுகிறான். கடலுக்கடியில் சாகாவரம் தரும் மாயச்செடியைக் கண்டுபிடிக்கிறான். நாட்டிற்குக் கொண்டுசெல்லும் வழியில் மாயச்செடியை கொடிய சர்ப்பம் தின்றுவிடுகிறது. மாபெரும் வலிமைமிக்க கில்கமெஷும் மரணத்தின் முன் தோற்றுவிடுகிறான்!" என்று நான் வாசித்துக்கொண்டிருந்தபோது அம்மா என்னைப் பக்கத்தில் வரச் சொன்னாள். "அஹ்மத்" என்று சொல்லி என் நெற்றியில் முத்தமிட்டாள்.

"வீட்டில் உன்னை அஹ்மத் என்றா கூப்பிடுவார்கள்?"

"இல்லை! அஹ்மத் என் அப்பாவின் பெயர். என்னுடைய குரலில் அப்பா அவளுக்கான கடைசி கதையையும் வாசித்து முடித்திருந்தார்.

'மரணத்தின் முகத்தை யாராலும் பார்க்க முடியாது... அதன் குரலை யாராலும் கேட்க முடியாது...' என்ற வரிகளை நான் வாசித்தபோது பல வருடங்களுக்குப் பின் அம்மாவின் புன்னகையில் உயிர்ப்பிருந்தது. அந்தப் புன்னகை மறையும் முன் இறந்துபோனாள்.

ஸ்டட்கர்ட் மத்திய மசூதியில் அம்மாவை அடக்கம்செய்தேன். அந்தக் கில்கமெஷ் புத்தகத்தையும் அவளோடு சேர்த்துப் புதைத்தேன். மறுமையில் அப்பா அவளுக்கு மீண்டும் அதை வாசித்துக்காட்டுவார்."

நினைவுகளை உதிர்த்துவிட முயல்பவனைப் போல் தலையை வேகமாக ஆட்டினான். அரீஃபின் கரங்கள் லேசாக நடுங்கவும் உள்ளங்கைக்குள் ஏந்திக்கொண்டேன். மழை நின்று வெளுத்திருந்த வானத்தைப் பார்த்தபடி சில விநாடிகள் மௌனித்திருந்தவன் தயக்கத்தோடு மெல்லச் சொன்னான்.

"ஹன்னா உன்னிடம் ஒரு உண்மை சொல்ல வேண்டும்." நீலக் கண்கள் என்னை உற்றுப்பார்த்தன.

"தயக்கம் வேண்டாம்."

"வானவில்லில் மோதிய சிறுவனின் கதையை உனக்கு அன்று வாசித்துக் காட்டினேனே, நினைவிருக்கிறதா?"

"நம் முதல் சந்திப்பை எப்படி என்னால் மறக்க முடியும்?"

"வானவில்லில் மோதி நிறங்களைத் தன் உடலில் அப்பிக்கொள்ளும் சிறுவன். அப்படியொரு கதை அந்தப் புத்தகத்தில் இல்லை! அது என் பல நாள் கற்பனை! ஒரு மழைநாளில் நானும் வானவில்லைத் தொட்டு அதன் வண்ணங்களை என் உடல் முழுவதும் பூசிக்கொள்வேன்."

அரீஃபின் குரல் உலர்ந்துபோய்க் கரகரப்பாக ஒலித்தது. என் சுயத்தை இழந்திருந்தேன். விடாப்பிடியாய் நிறுத்திவைத்திருந்த கண்ணீர் கட்டுப்பாட்டை மீறியது. அன்றைய இரவு நான் அவனை விட்டுப் பிரியவில்லை. இனி பிரியும் எண்ணமும் இல்லை. அவனை முத்தமிட்டு நெஞ்சோடு இறுக அணைத்துக்கொண்டேன். என் அரவணைப்புக்கு முழுதாய்த் தன்னை ஒப்புக்கொடுத்தான். உடல் படபடக்கத் தனக்குள் முணுமுணுத்துக்கொண்டிருந்தவன் கொஞ்சம்கொஞ்சமாக அமைதியானான். இருவரும் கண்மூடிக்கிடந்தோம். விழித்துப்பார்த்தபோது சாளரத்தின் வெளியே சூரிய ஒளிர்க்கதிர்கள் மின்ன அழகிய வானவில் பூத்திருந்தது. விருப்பமான ஓவியத்தை இமைக்காமல் காண்பதைப் போல் கண்கள் விரியப் பார்த்தோம். சப்தமின்றி மேலெழும் ஒரு பறவையின் சிறகடிப்பைப் போன்றதொரு மௌனத்தின் இதம் இருவரையும் நிறைத்தது.

அகாலம்

நிறங்கள் தேய்ந்துபோன பழைய புகைப்படத்தில் வட்டமுகப் பெண் தன் இடுப்பில் இருக்கும் சிறுவனை நெஞ்சோடு அணைத்திருக்கிறாள். இருவர் முகத்திலும் உயிர்ப்பில்லை. அவளது பழுப்புநிற மார்க்கச்சையை அழுத்தமாய்ப் பற்றியிருக்கும் சிறுவனின் கண்களில், அந்த நெருக்கத்தைத் தொலைத்துவிடக் கூடாது என்ற பரிதவிப்பு. அவளின் கருநீலக் கண்கள் என்னிடம் மன்னிப்பு கோருவதைப் போல் இறைஞ்சுகின்றன. மெலிதான ஒரு புன்முறுவல். மீள முடியாத காலச்சுழியில் என்னைச் சிக்கவைக்கத்தான் அந்தப் புன்னகை. புகைப்படங்களுக்கே உரித்தான மாயச்சிரிப்பு. துணுக்குற்றுப் பார்வையை விலக்கிக்கொண்டேன்.

கட்டிலின் மேல்விரிப்பில் பரத்திக்கிடந்த இதர புகைப்படங்கள் காற்றில் படபடத்தன. மின்விசிறியை அணைத்துவிட்டு ஒவ்வொரு புகைப்படமாகக் கிழிக்கத் தொடங்கினேன். சுவரில் மாட்டியிருந்த புகைப்படங்களை அப்புறப்படுத்திய பின் சதுரவடிவக் கண்ணாடி ஜன்னலை வெளிப்புறமாகத் திறந்துவைத்தேன். புகைப்படச் சட்டங்கள் அப்புறப்படுத்தப்பட்ட சுவர்ப்பகுதிகள் மட்டும் காலை வெயிலில் தனித்துப் பளிச்சிட்டன. குடியிருப்பு வாசலில் காரசாரமாய் விவாதம் போய்க்கொண்டிருக்கிறது. அவர்களைப் போல் பெரிதாக அலுத்துக்கொள்ளுமளவு என்னிடம் அத்தனை புகைப்படங்கள்

கிடையாது. என் தனிமைப் பொழுதுகளைப் பெரும்பாலும் நான் படம்பிடித்துக்கொள்வதில்லை. காலிப் புகைப்படச் சட்டங்களை அட்டைப்பெட்டிக்குள் வீசியதும் கண்ணாடி உடையும் சத்தம். கிழித்து வீசிய புகைப்படத் துண்டுகளை அள்ளி, வாசல் குப்பைத்தொட்டியில் மொத்தமாக எறிந்துவிட்டு வீதிக்குச் சென்றேன்.

சிவப்பு ஸ்வெட்டர் அணிந்த முதியவர் மரச்சட்டமிட்ட புகைப்படத்தை நெஞ்சோடு அணைத்தபடி வாசலில் நின்றிருந்தார். ஏதோ சொல்ல விழையும் பார்வையோடு என்னை நெருங்கவும் விலகி நடக்கத் தொடங்கினேன். வீதியெங்கும் வரிசையாக அட்டைப்பெட்டிகளில் புகைப்படத் தொகுப்புகள். சுவரிலிருந்து அப்போதுதான் கழற்றப்பட்ட புகைப்படக் குவியல்கள். எல்லாப் புகைப்படங்களிலும் ஜோடி உதடுகள் எப்படியோ எதற்காகவோ சிரிக்கின்றன. வீசி எறிய மனமில்லாத புகைப்படங்களைச் சிலர் வீட்டுவாசலில் மேசை போட்டு அடுக்கிவைத்திருந்தனர். ஏதோ நினைவு அஞ்சலி மாதிரி. மெழுகுவர்த்தி மட்டும்தான் பொருத்தவில்லை. இவர்களுக்காகவே அரசின் புதுச் சட்டத்தை மனதாரப் பாராட்டுகிறேன். புகைப்படங்கள் நினைவூட்டும் வாழ்க்கைத் தருணங்கள் அத்தனையும் மறக்க முடியாத அளவு மிக நெருக்கமானதுபோல இவர்கள் கொடுக்கும் அங்கலாய்ப்புக்கு அளவில்லை. புகைப்படங்களைத் தடைவிதிப்பதாக அரசு அறிவித்திருப்பது சரிதான்.

யாரோ என்னைக் கூப்பிடவும் திரும்பிப்பார்த்தேன். சோர்வு படர்ந்த முகத்தோடு நண்பன் நின்றிருந்தான்.

"கடந்தகாலக் குப்பைகளை மூட்டைகட்டிவிட்டாயா?" எனக் கேட்டான். முகத்தில் அலட்சியப் புன்னகை. இருவரும் சாலையின் எதிரே உள்ள கண்ணாடிக் கட்டடத்தின் மூன்றாம் தளத்திற்குச் சென்றோம். வழக்கத்தைவிட மதுக்கடையில் அதிகக் கூட்டம். எல்லோர் முகத்திலும் கழிந்த காலத்தின் சில பக்கங்களை விருப்பமின்றிக் கிழித்தெறிந்த அயர்ச்சி. வட்டவடிவக் கண்ணாடித் தடுப்பின் மறுபக்கம் நிற்கும் பணியாளரிடம் பியர் சொல்லிவிட்டு நானும் நண்பனும் எதிரெதிரே அமர்ந்துகொண்டோம்.

'புகைப்படங்கள் தேவையற்ற சுமைகள். அப்புறப்படுத்தபட வேண்டியவை' என அலறிக்கொண்டிருக்கும் தொலைக்காட்சியை நோக்கி கூட்டம் வசைபாடியது.

முதல் மேசையில் அமர்ந்திருந்த இருவர் மட்டும் கைதட்டி ஆதரவு தெரிவிக்கவும் மற்றவர்கள் முறைத்துப்பார்த்தனர். வசைச்சொற்கள் மாறிமாறிப் பறந்தன. தொலைக்காட்சி அணைக்கப்பட்டு அவரவர் இருக்கைகளுக்குத் திரும்பும்வரை விவாதங்கள் ஓயவில்லை. அரசு முடிவுகளைச் சத்தமாகப் பழித்துப்பேசிய நண்பனிடம், "பயந்தவன் கண்ணுக்குத் தெரிவதெல்லாம் பேய்தான்" என்றேன்.

பியரின் குளிர்ச்சி வறண்ட தொண்டைக்குச் சற்று இதமாக இருந்தது. நண்பன் என்னை முறைத்துப்பார்ப்பதைக் கண்டுகொள்ளாமல் இடப்பக்கமிருக்கும் கண்ணாடிச் சாளரத்தைக் கூர்ந்து நோக்கினேன். வரலாற்றுப் பரிச்சயமான முகங்கள் சிறுசிறு சதுர வடிவங்களில் ஒன்றன் மீது ஒன்றாக நேர்த்தியாய்ப் பொறிக்கப்பட்டிருந்தன.

கட்டாயமாகப் பதிலைக் கோரும் பார்வையோடு நண்பன் கேட்டான், "உனக்கு என்ன தோன்றுகிறது?"

"எதைப் பற்றி?"

"இந்த முறை அவர்கள் புகைப்படங்களைத் தடை செய்திருப்பதைப் பற்றி."

"பெரிதாக அலட்டிக்கொள்ள ஒன்றும் இல்லை. போலிச் சிரிப்பைத் தவிர புகைப்படங்களில் என்ன இருக்கிறது?"

"உனக்கு இன்னுமா புரியவில்லை. இது வெறும் புகைப்படங்கள் சம்பந்தப்பட்டதல்ல. பெரும் அழித்தொழிப்பின் ஆரம்பம்!"

"என்னைக் கேட்டால் எதற்கெடுத்தாலும் இப்படி நிதர்சனத்தை நொந்துகொள்வதுகூடக் கையாலாகாதத்தனம்தான். இந்தச் சமுதாய பலவீனத்தைத்தான் அரசு களையெடுக்க நினைக்கிறது."

"நீயும் அவர்களில் ஒருவன் மாதிரி பேசாதே!" என்ற நண்பனின் குரல் காட்டமாக ஒலிக்க, என் முகப்போக்கு சட்டென மாறியதை அவனும் கவனிக்காமல் இல்லை. என் சில நிமிடச் சலனம் அவனது அலைபாயும் மனதிற்குச் சிறிதளவு ஆறுதலேனும் அளிக்கட்டும்.

மிக நிதானமாகப் பதில் சொன்னேன், "நல்லவேளை நான் உன்னைப் போல் அவசரப்பட்டுத் திருமணம் செய்துகொள்ளவில்லை. இல்லையென்றால் என்னிடமும் கிழித்து வீச ஏராளமான புகைப்படங்கள் இருந்திருக்கும்."

என் பதிலில் தொனித்த எள்ளல் அவனைத் தொந்தரவு செய்திருக்க வேண்டும். குடித்துக்கொண்டிருந்த பியர் அவனது அடர்த்த தாடியினூடே வழிந்து சிந்தியது.

"வெறும் புகைப்படங்கள் என்பதைக் கடந்து ஒவ்வொன்றும் நினைவுப் பொக்கிஷம். கடந்தகால நினைவுகள் மட்டும்தான் ஒருவனுக்கான கடைசி ஆறுதல். உனக்கு இதெல்லாம் புரியாது" என்ற நண்பனின் பேச்சு தொனி மாறியது. "இப்படியே போனால் இறுதியில் நினைவுகள் என எதுவும் மிஞ்சப்போவதில்லை! அவர்களது நோக்கமும் அதுதான். கொஞ்சம்கொஞ்சமாய் நமக்கும் கடந்த காலத்துக்குமான சரடை மெல்ல அறுப்பது. புகைப்படங்களைத் தடைசெய்வதன் நோக்கமும் அதுதான். சீக்கிரமே நாமெல்லாம் அவர்களது கைகளில் வெறும் பொம்மைகளாகிவிடுவோம்!"

நினைவுகளை உதற விரும்பாமல் கட்டி அணைத்துக் கொண்டிருப்பவனிடம் மேலும் விவாதிக்க விரும்பவில்லை. சாளரத்தின் வெளியே புறாவொன்று அமர்ந்திருப்பது வண்ணக் கண்ணாடியினூடே கருநிழலாய்த் தெரிந்தது. நிலைகொள்ளாத கால்கள் முன்னும்பின்னும் அலைந்தபடி இருந்தன. ஒருவேளை அதன் கால்களில் எனக்கான செய்தி எதுவும் கட்டப்பட்டிருக்கிறதா? சூரியன் இன்னும் உதித்திராத வருங்காலத்திலிருந்து யாரோ எனக்கு விடுத்த எச்சரிக்கையாக இருக்கலாம், இல்லை எனக்கு நானே கடந்த காலத்திலிருந்து அனுப்பிய இருண்ட நினைவூட்டலாக இருக்கலாம். சிகரெட் புகையின் வெண்திரையில் நினைவு உருவங்கள் மௌனமாய் மேலெழுகின்றன.

நிச்சயம் அதுவும் ஏதோவொரு உவப்பற்ற ஞாயிற்றுக் கிழமையாகத்தான் இருக்கும். முழுக்கைச் சட்டை அணிந்திருந்த சிறுவன் தன் மேலாளருடன் சரக்கு வண்டியில் போய்க்கொண்டிருக்கிறான். வாராந்திரப் பொருட்கள் வாங்க பண்ணைவீட்டிலிருந்து பக்கத்து நகருக்குப் போகும் அந்த அரைநாள் மட்டுமே அவனுக்கானது. வேலைப்பளுவின் உடல்நோவு தூக்கத்தை யாசித்தாலும் சிறுவன் கண்ணயர விரும்பவில்லை. வண்டிக் கண்ணாடியை இறக்கிவிட்டு வெளியே கழுத்தை நீட்டி வேடிக்கைபார்த்தபடி வருகிறான். இடையிடையே பின்னுக்குப் போகும் மரங்களைத் திரும்பிப்பார்த்துக் கையசைக்கிறான். பராமரிப்பற்ற அவனது சுருள் தலைமுடி கந்தல் துணியைப் போல் காற்றில்

அலைகிறது. ‘அறிவு இருக்கா?’ மேலாளர் திட்டியதும் கழுத்தை உள்ளிழுத்துக்கொள்கிறான். இருந்தும், கண்கள் சாலையை மேய்ந்தபடியே வருகின்றன.

வண்டி வழக்கமான காய்கறிக் கொள்முதல் அங்காடியில் நிற்கிறது. அங்காடிக்குள் மேலாளர் நுழையவும் எதிரில் இருக்கும் முதிர்ந்த புளியமரத்தை நோக்கி ஓட்டமெடுத்தவன், எடுத்துவந்திருந்த தேங்காய் மட்டையை மரக்கொப்பை நோக்கி மேலே எறிகிறான். எப்போதும்போல் பழுத்த இலைகள் மட்டுமே உதிர்கின்றன. புளி எதுவும் விழவில்லை. முகம் சுளித்தபடி மீண்டும் எறிகிறான்.

புளியங்காயையும் தேங்காய் மட்டையையும் மண்ணில் விழும் முன் ஒருசேரப் பிடித்தாக வேண்டும். அப்போதுதான் சிறுவயதிலேயே அவனை ஏனோ பண்ணைவீட்டில் விட்டுப்போன அம்மா திரும்பி வந்து கூட்டிப்போவாள். அவன் இனி வேலைபார்க்க வேண்டிய அவசியம் இருக்காது. பெரிய மீசை தாடிகள் இரவில் தொந்தரவு செய்யாது. சத்தமில்லாமல் அழ வேண்டாம். எல்லோரிடமும் தைரியமாகப் பேசலாம். யாரும் அவன் இனத்தின் கசப்பான வரலாறைக் காரணங்காட்டி ஒதுக்க மாட்டார்கள். பூங்காவில் விளையாடும் சிறுவர்களைத் தூரத்திலிருந்து வேடிக்கைபார்க்கவும் வேண்டியதில்லை. ஆனால், இவை எல்லாமே, கடையில் வாங்கிய பொருட்களுக்கு மேலாளர் காசு கொடுப்பதற்கும், அவற்றை வண்டியில் ஏற்ற சிறுவனை அழைப்பதற்குமான சில நிமிட இடைவெளிக்குள், தேங்காய் மட்டையையும் புளியங்காயையும் ஒருசேர பிடித்தால் மட்டுமே நிகழும்! அடுத்த முயற்சிக்கு சிறுவன் அண்ணாந்து குறிபார்த்துக்கொண்டிருந்தபோது மேலாளர் அதட்டலாய்க் கூப்பிடும் சத்தம் கேட்கிறது.

பியரின் புளித்தவாடை என் முகத்தில் காட்டமாய் வீச நண்பன் நெருக்கமாக வந்து கேட்டான், “என்ன யோசனை? பேச்சையே காணவில்லை.”

“நீ சொன்னதுபோல் கடந்தகாலம் எல்லோருக்கும் பொக்கிஷமாக இருப்பதில்லை.”

நண்பனின் போதையூறிய சிவந்த கண்கள் என்னை வெறித்தன. சாளரத்தின் வெளித்திண்டில் புறாவைக் காணவில்லை. இருவரது பியர் கோப்பைகளும் வெறுமையில் நிறைந்திருந்தன.

“புகைப்படங்களை இவ்வளவு புனிதப்படுத்தத் தேவையில்லை. பெரும்பாலும் அவை நாம் மறக்க முயலும் பொழுதுகளின் தடயங்கள்தான். அவற்றைக் கிழித்தெறிய முடிந்தால் அதுவே பெரும் ஆசுவாசம்!” என்று நான் சொல்லவும், நண்பன் பதிலேதும் சொல்லாமல் கோபமாய்க் கிளம்பிச்சென்றான்.

என் கீழாடைப் பையில் கசங்கிக்கிடக்கும் புகைப்படத்தை எடுத்துப் பார்த்தேன். இடது உள்ளங்கையால் சுருக்கங்கள் போக அழுத்தித் தேய்த்தேன். சுருள் தலைமுடிச் சிறுவனை நெஞ்சோடு அணைத்திருக்கும் அவளின் கருநீலக் கண்களின் பரிதவிப்பு உள்ளூர அனத்தியது. கடந்தகாலப் படிக்கட்டில் நின்றுகொண்டு என்னையும் இறங்கிவர அழைக்கிறாள். நினைவுகளின் ஒவ்வாமை அலைக்கழித்து உடல் நடுங்கிற்று. புகைப்படத்தைச் சட்டென கிழித்து வீசினேன். நீண்டதொரு பெருமூச்சு வெக்கைக் காற்றாய் வெளிப்பட்டது.

படுக்கையறை அலமாரியில் வரிசையாக அடுக்கப்பட்டிருக்கும் புத்தகங்களில் கடந்த காலத்தின் ஒரு வரியைக்கூடப் பேசாத நூல் எது என எப்படிக் கண்டுபிடிப்பது? வரலாற்று நூல்கள், ஆய்வுக் கட்டுரைகள், ஆவணங்கள், சரித்திரப் புனைவுகள் எல்லாம் புகைப்படங்களைப் போல் தடைசெய்யப்பட்டுள்ளதாக அரசு உத்தரவு வெளியான அன்று என் அலுவலகத்தில் விடுப்புவிட்டிருந்தனர்.

‘வன்முறையும் அழித்தொழிப்பும்தான் வரலாறு! தொடர் போரும் பழிவாங்கலும்தான் மானிடச் சரித்திரம். ரத்தக்கறை படிந்த அந்தப் பக்கங்களைக் கிழித்தெறியாதவரை நிரந்தர அமைதி பிறக்கப்போவதில்லை’ என்ற அரசு அறிவிப்பு திரும்பும் திசையெங்கும் எதிரொலித்துக்கொண்டிருந்தது.

என்னிடம் புத்தகங்கள் குறைவென்றாலும் ஒவ்வொரு நூலாக வாசித்து, வரலாற்று மேற்கோள்கள் வரும் பக்கங்களை மட்டும் தேடிக் களைய விரும்பவில்லை. ஒருவேளை அப்படிச் செய்யும் பட்சத்தில் ஏதேனும் ஒன்றிரண்டு இடங்களை நான் கவனிக்காமல் விட்டுவிட்டால்? அச்சொற்கள் ஏதோவொரு வரலாற்று நிகழ்வைப் பேசியிருந்தால்? இன வன்முறையைத் தூண்டும் சரித்திரத் துணுக்குகளை மறைத்துவைத்திருக்கும் குற்றத்திற்கு நான் ஆளாக நேரிடும். புத்தகங்கள் அத்தனையையும் மொத்தமாக மூட்டை கட்டினேன். சொற்களின் கனம் சற்று அதிகமாகவே இருந்தது.

குடியிருப்பின் நான்குச் சக்கர வாகன நிறுத்தம் சென்றேன். பேரமைதி. புத்தக மூட்டையை என் வாகனத்தின் பின்புறம் வைத்துவிட்டு, ஓட்டுநர் இருக்கையில் அமர்ந்து ஒரு சிகரெட் பிடித்த பிறகு, முன்முடிவு ஏதுமின்றி வாகனத்தைச் செலுத்தினேன். நகரத்துக்குள் நுழையும் சாலை பரபரத்துக்கொண்டிருந்தது. புத்தகங்களைத் தலையில் சுமந்தபடி அரசுக்கு எதிராகக் கோஷமிட்டுச்செல்லும் ஊர்வலத்தால் போக்குவரத்து ஸ்தம்பித்திருந்தது.

அப்புறப்படுத்தப்பட வேண்டிய நூல்களை உரக்க வாசித்தபடியும் தடைசெய்யப்பட்ட வரலாற்று ஆசிரியர்களின் உருவப்படங்களைத் தூக்கிப்பிடித்தபடியும் ஆமைவேகத்தில் நகரும் முட்டாள் கும்பலைச் சபித்தபடி என் வாகனத்தை ஓரமாக நிறுத்திவிட்டு விலகிநின்றேன். எனக்குப் பின்னால் நின்றிருந்த நான்கு பேரில் ஒருவன் சத்தமாக உச்சுக்கொட்டினான். மற்றொருவன், 'அரசு உத்தரவுகளை கண்மூடித்தனமாக எதிர்ப்பதைத் தவிர இவர்களுக்கு வேறு வேலை இல்லை' என்றான். ஊர்வலம் போகும் இளைஞர்களில் சிலர் அவர்களை முறைத்துப்பார்த்தனர். இனியும் நான் அங்கு நிற்க விரும்பவில்லை. வேகமாக நகர்ந்து பக்கத்து உணவகத்திற்குள் நுழைந்தேன். ஏதோ நூலகத்திற்குள் பிரவேசித்த உணர்வு! அறை எங்கும் பக்கங்கள் திருப்பப்படும் ஓசை. மௌனமாக அமர்ந்திருந்த எல்லோர் கைகளிலும் ஏதோவொரு புத்தகம். அரசு அறிவித்திருக்கும் இரண்டு நாட்கள் கெடு முடிவதற்குள் எல்லாவற்றையும் வாசித்துத் தீர்த்துவிட வேண்டும் என்ற வெறி அவர்கள் கண்களில். மானிடப் பண்பாடும் நாகரிகமும் என்ற புத்தகத்தை வாசித்துக்கொண்டிருந்த முதியவரின் எதிரே உட்கார்ந்துகொண்டேன்.

கையில் புத்தகம் இல்லாமல் அமர்ந்திருக்கும் என்னை ஒரு பூச்சியைப் போல் பார்த்தவர் முகச்சுளிப்போடு கேட்டார், "புத்தகத் தடைக்கு எந்த எதிர்வினையும் இல்லையா?"

இல்லை என்பதைப் போல் வெறுமனே தலையசைத்தேன்.

"சரித்திரச் சான்றுகளை அழித்துவிட்டால், வரலாறு தெரியாத மனிதனுக்கும் சொன்னதைச் செய்யும் இயந்திரத்துக்கும் என்ன வித்தியாசம்? கண்களைக் கட்டி காட்டில் விட்ட கதைதான். அப்புறம் அவர்கள் வைப்பதுதான் சட்டம்! சொல்வதுதான் சரித்திரம்."

“வரலாறு என்பதே எழுதப்படும் பேனாவைப் பொறுத்ததுதானே. உங்களுக்குத் தெரியாதா என்ன? வரலாற்றின் ஓர் மூலையில் எழுதப்பட்ட ஒரு கொலை தண்டனைக்கு ஆயிரமாயிரம் ஆண்டுகளாக மனித இனம் எவ்வளவு ரத்தம் சிந்தி இருக்கிறதென்று.”

என்னுடைய பதிலும் அதிலிருந்த நிதானமும் அவரைக் காயப்படுத்தியிருக்க வேண்டும். அவர் தனக்குள் முணுமுணுத்த வசைச்சொற்கள் என் காதில் துல்லியமாக விழுந்தன. திடீரெனச் சத்தம் கேட்கவும் திரும்பிப்பார்த்தேன். கடைக்குள் நுழைந்த இளைஞனொருவன் அரசுக்கு எதிராகக் கோஷமிட்டு சிவப்பு மஞ்சள் நோட்டீஸ்களைப் பறக்கவிட்டான்.

‘புகைப்படங்கள்... வரலாற்றுப் புத்தகங்கள்...’ என ஒன்றன் கீழ் ஒன்று எழுதப்பட்டு, ‘அடுத்தது என்ன?’ என்று கறுப்பு மையில் பெரிய கேள்விக்குறியிட்ட நோட்டீஸ்கள் மின்விசிறிக் காற்றில் சலசலத்தன. கூட்டம் மொத்தமும் ஆர்ப்பரித்தது. தன் கருத்து முன்மொழியப்படும் பெருமிதம் இளைஞனின் முகத்தில். தனித்துவிடப்பட்ட நான் மௌனமாய் நின்றிருந்தேன். பெரியவர் கண்களில் தெரிந்த ஏளனம் என்னை மேலும் சிறுமைப்படுத்தியது.

பார்வையை விலக்கிக்கொள்ளாமல் அவரின் பரிகாசக் கண்களை நோக்கிக் கேட்டேன், “திறக்கப்படாத எல்லைக் கதவுகளில் போக்கிடமற்றவர்கள் முட்டி நின்றபோதெல்லாம் உங்கள் வரலாற்று நூல்கள் எந்த உண்மையைப் பேசிக்கொண்டிருந்தன?”

அவரது பதிலுக்குக் காத்திருக்காமல் வெளியேறினேன். வீதியிலும் இரைச்சல் ஓய்ந்தபாடில்லை. சாலையோரக் கூட்டத்தின் முன்னால், “அரசின் இந்த உத்தரவு அரசியல் உள்நோக்கம் கொண்ட சதிச்செயல்!” எனப் பேசிக்கொண்டிருந்த குறுந்தாடி முகம் என் குடியிருப்பில் வசிக்கும் பேராசிரியர்தான் என்பது புலப்பட சில நிமிடங்கள் பிடித்தன. என்னைப் பார்த்துப் புன்னகையோடு ஓரிருமுறை கையசைத்தார். கவனிக்காததைப் போல் கூட்டத்துக்குள் மறைந்துசென்றேன்.

நகரத்துப் பரபரப்புக்கு வெகுதொலைவில் ஆள்வரத்து குறைவான கடற்கரையில் தனித்து அமர்ந்திருந்தேன். மனித இரைச்சலற்ற கடலோசை ஆசுவாசமாக இருந்தது. தூரத்தில் படகொன்று போவது கரும்புள்ளியாய்த் தெரிந்தது. கடற்கரை

மணலில் சிறு குழியொன்றைத் தோண்டி கற்களை வட்டமாகச் சுற்றி அடுக்கினேன். அதில் காய்ந்த மரக்கட்டைகளையும் சருகுகளையும் இட்டு தழல் மூட்டியபோது கடற்காற்று அவ்வளவாக இல்லை. கறுப்பு உறையிட்ட புத்தகத்தை மூட்டையிலிருந்து வெளியெடுத்து அலசினேன். புத்தகத்திற்குள் புதைந்திருந்த புறா இறகொன்று நினைவுகளிலிருந்து கீழே விழுந்தது.

சிறுவனின் தோளைத் தட்டி, புறா மட்டும்தான் தன் அலகால் தண்ணீர் உறிஞ்சிக் குடிக்கும் என்று சொன்னபோது அவளின் கன்னங்கள் சிவந்து கருநீலக் கண்கள் சிறுத்திருந்தன. மகிழ்ச்சி கொப்பளிக்கும் அரிய தருணங்களில் அவளது முகப்போக்கு அப்படித்தான் இருக்கும்.

உண்மையாகவா? சிறுவன் ஆச்சரியமாகக் கேட்கிறான்.

தடித்த உறையிட்ட புத்தகத்திலிருந்து கருஞ்சாம்பல்நிறப் புறா இறகை வெளியே எடுத்து சிறுவனிடம் அவள் கொடுக்கவும் கைதட்டிக் குதிக்கிறான்.

கூடாரங்களின் வாசலில் தழல்மூட்டிக் குளிர்காயும் ஏதேனும் ஒரு கும்பலோடு தினமும் அவள் வரும்வரை, சிறுவன் ஒடுங்கி அமர்ந்திருப்பான். தாமதமாகத் திரும்பும் இரவுகளில் அவள் சிறுவனுக்காக ஏதேனுமொன்று கொண்டுவருவாள். சிலநேரங்களில் உணவுப்பொட்டலம், சிலசமயம் அவன் உடல் அளவுக்குப் பொருந்தாத பழைய சட்டை, சிலநேரம் உருவம் சிதைந்த பொம்மை, பழைய பந்து... இந்த முறை புறா இறகு.

அவளின் கறுப்பு உறையிட்ட புத்தகத்தின் மீது சிறுவனுக்கு நாட்டமேதும் இல்லை. புறா இறகை மட்டும் ஆர்வமாய் வாங்கிக்கொண்டு தன் கிழிந்த சட்டைப்பைக்குள் திணித்துக்கொள்கிறான். சோர்ந்திருக்கும் சிறுவனை மடியில் கிடத்தி அந்தப் புத்தகத்தின் வசனங்களை மிகுந்த சிரத்தையுடன் வாசித்துக்காட்டுகிறாள். சமாதானம் நல்கக்கூடிய நூலுக்கு ஏற்ற புத்தகக்குறி என, வாசித்து முடித்த பக்கத்தில் அந்தப் புறா இறகை வைத்து மூடுகிறாள்.

நாள் தவறாமல் அந்தப் பழுப்புநிறப் பக்கங்களைச் சிறுவனுக்கு வாசித்துக்காட்டினாள். குடியிருப்பிலிருந்து வெளியேற்றப்பட்ட இரவிலும்... தற்காலிகக் கூடாரங்களில் தங்கிய நாட்களிலும்... இருண்ட வானை வெறித்தபடி வெட்டவெளியில் படுத்துறங்கிய

தருணங்களிலும்... என்றுமே அவள் அந்தப் புத்தகத்தை வாசிக்கத் தவறியதில்லை.

"தினமும் இதே ஈடுபாட்டோடு வாசித்தால் கட்டாயம் ஏதாவது அற்புதம் நடக்கும்." சிறுவனின் தலைகோதியபடி புன்னகைக்கிறாள். நட்சத்திரங்களை ஏறிட்ட சிறுவனும் அதீத நம்பிக்கையோடு தலையசைக்கிறான்.

நிதானித்து எரியும் தழலை இமைக்காமல் பார்த்துக்கொண்டிருந்தேன். திடீரென ஒரு உறுதிப்பாட்டிற்கு வந்ததுபோல் கையில் இருக்கும் கறுப்பு உறையிட்ட புத்தகத்தை நெருப்புக்குள் வீசினேன். உள்ளுக்குள் ஏதோ அழுத்தியது. விறுவிறுவென அனலுக்குள் விழுந்த கருஞ்சாம்பல்நிற இறகை மட்டும் குச்சியால் வெளியே தள்ளி எடுத்தேன். நினைவுகளைப் போல் தீயின் வெம்மை சுட்டது.

புத்தகங்களின் வழவழப் பக்கங்கள் நெருப்பு வெளிச்சத்தில் இன்னும் கூடுதலாகப் பளபளத்தன. கருகிச் சாம்பலாகும் வரலாற்றுக் காகிதங்களைப் பார்த்தபடி இரவு கவியும்வரை கடற்கரையிலேயே படுத்திருந்தேன். புத்தக மூட்டை சீக்கிரமே எடையில்லாமல்போனது.

சமீப நாட்களாகப் புது அறிவிப்பு ஏதும் வெளிவராததால் அரசின் முந்தைய உத்தரவுகளைப் பற்றியே தொலைக்காட்சி விவாதங்கள் போய்க்கொண்டிருந்தன. பங்குச்சந்தையிலும் பொருட்படுத்தத்தக்க ஏற்ற இறக்கங்கள் ஏதுமில்லை.

"எல்லோரும் சேர்ந்து அழியப்போறீங்க!"

சத்தம் கேட்டு வெளியே எட்டிப்பார்த்தேன். கைகள் இரண்டும் பின்பக்கமாக விலங்கிடப்பட்டு, பேராசிரியரும் அவரது நண்பர்களும் காவலர்களால் இழுத்துச்செல்லப்பட்டனர். அவர்களிடமிருந்து பறிமுதல் செய்யப்பட்ட இடுப்பளவுப் புகைப்படங்களைக் காவலர்கள் மறைத்தபடி எடுத்துச்சென்றனர்.

"தீர்ப்புநாள் நெருங்கிவிட்டது!"

வேடிக்கைபார்க்கும் பழகிய முகங்களை நோக்கி பேராசிரியர் கூச்சலிட்டார். ஜன்னல் திரைச்சீலையை இழுத்துவிட்டுக்கொண்டேன்.

புகைப்படங்கள் அப்புறப்படுத்தப்பட்ட வெற்றுச் சுவரை அலங்கரிக்க, நேற்று சிறு மரப்பறவைகளை வாங்கிவந்தது நினைவு வரவும், ஒவ்வொன்றாக எடுத்து மாட்டினேன். வரிசையாக அறையப்பட்ட ஆணிகளில் மரப்பறவைகள் ஓசையின்றிப் பறந்தன. சுவரின் நீலவண்ணம் பறத்தலை உறுதிசெய்தது. சுவரின் குறுக்கே விழும் சாளரக் கம்பிகளின் நிழலில் அவை வானளவுக் கூண்டுக்குள் பறப்பதைப் போன்றிருந்தது.

மாடிமுகப்பிற்குச் சென்றேன். வழக்கம்போல் நகரம் பரபரத்துக்கொண்டிருந்தது. மூங்கில் நாற்காலியில் அமர்ந்தபடி வாகனங்களை வெறித்துக்கொண்டிருப்பது விடுமுறை நாளை மேலும் சலிப்படையச் செய்தது. குடியிருப்பினருகில் உள்ள மைதானம் வழக்கத்துக்கு மாறாக ஒளியூட்டப்பட்டிருப்பதை அப்போதுதான் கவனித்தேன்.

நான் எதிர்பார்த்திருந்ததைவிடக் கணிசமான கூட்டம். மைதானத்தின் நடுவில் அமைக்கப்பட்டுள்ள தற்காலிக மேடையில் அதிகம் பிரபலமற்ற அரசுப் பிரமுகர் பேசிக்கொண்டிருந்தார். ஒலிப்பெருக்கிகள் எதிரொலித்தன. பார்வையாளர் வரிசையின் நீண்ட படிக்கட்டுகளில் அமர்ந்துகொண்டேன்.

'கடந்தகாலத்தை விடாமல் இறுகப்பற்றி சிலாகிப்பவர்கள் பலவீனமானவர்கள். எதிர்காலக் குறிக்கோளற்றவர்கள். முன்னேறிச்செல்லும் நம் தேசத்தின் கறையான்கள்!'

தேர்ந்த பேச்சாளனுக்கே உரிய ஏற்ற இறக்கம் அவரது குரலில். பார்வையாளர்களை நோக்கி சொற்களை ஆவேசமாக வீசி எறிவதைப் போல் கைகளை மேலும்கீழும் அசைத்து உணர்ச்சி பொங்கப் பேசிக்கொண்டிருந்தார். திடீரென மின்சாரம் தடைப்பட்டது. இருந்தும் உரையை நிறுத்தவில்லை. இருட்டைப் போர்த்தியபடி முன்பைவிட இன்னும் வீரியமாகப் பேச்சைத் தொடர்ந்தார்.

கல்லூரி மாணவர்கள் சிலர் அரசின் உத்தரவுகளைப் பற்றித் தங்களுக்குள் விவாதித்துக்கொண்டிருந்தனர். அரசு இனி எந்தத் தடையும் விதிக்காது என ஒருவன் சொல்ல, மற்றவர்கள் அதை ஏற்கத் தயாராகயில்லை.

"அகழாராய்ச்சித் திட்டங்களை அரசு தடைசெய்ய வாய்ப்பிருக்கிறது."

“சரிதான். புதைந்துபோன இறந்த காலத்தைத் தோண்டியெடுத்து ஆராய்ந்து என்ன பயன்? மக்களின் வரிப்பணம்தான் தேவையில்லாமல் விரயமாகிறது.”

அவர்களின் உரையாடலை நான் கவனிப்பதை உணர்ந்து, “நீங்கள் என்ன நினைக்கிறீர்கள்?” என்று ஒருவன் கேட்டான். வெற்றுப் புன்னகையோடு பார்வையை விலக்கிக்கொண்டேன். என் நாட்டமின்மையை உணர்ந்து அவர்களுக்குள் பேச்சைத் தொடர்ந்தனர்.

“சரித்திரத் தலைவர்களின் பிறந்தநாள் கொண்டாட்டங்களுக்குத் தடைவிதிக்க வாய்ப்புகள் அதிகம்.”

“அப்படி மட்டும் நடந்துவிடக் கூடாது. கணிசமான பொதுவிடுமுறைகளை இழந்துவிடுவோம்” என்று ஒருவன் சொல்லவும் எல்லோரும் சிரித்தனர்.

“ஒருவேளை நீங்கள் இப்படிச் சிரித்துப் பேசுவதற்குகூடத் தடைவிதிக்கலாம்!” நடுத்தர வயதுப் பெண் ஒருத்தி சத்தமாகச் சொன்னாள். எல்லோரும் கணநேரத்தில் மௌனமாகினர்.

“சரித்திர அழிப்பு எவ்வளவு பெரிய துரோகம் தெரியுமா?” அவளது ரத்தச்சிவப்புக் கண்கள் ஏனோ என்னையே உற்றுநோக்குவதாகத் தோன்றிற்று.

மின்சாரம் வந்திருந்தது. “வரலாற்றுப் பொய்களைக் களைந்து வலிமையான நாட்டை ஒன்றாகக் கட்டமைப்போம்!” என்று, முகத்தில் விழும் முடிக்கற்றைகளை ஒதுக்கியபடி பேச்சாளன் ஆக்ரோஷமாக முழங்கவும், கரகோஷங்கள் செவியை அடைத்தன.

அழைப்புமணிச் சத்தம் கேட்டுக் கதவைத் திறந்தேன். புன்னகையோடு நின்றுகொண்டிருந்த நண்பன் “பிறந்தநாள் வாழ்த்துகள்” என்று வாழ்த்து அட்டையை நீட்டினான்.

“தூங்கிவிட்டேன்.”

“பிறந்தநாள் அன்றா?”

“ஏன் பிறந்தநாளன்று பகலில் தூங்கக் கூடாதா என்ன?” என்றதும் சிரித்தான்.

“சரி வா! என் வீட்டுக்குப் போவோம். மனைவியும் குழந்தையும் வெளியூர் சென்றிருக்கிறார்கள்.”

நண்பன் தன் வாகனத்தை எடுத்துவரச் செல்லவும் வாசலில் காத்திருந்தேன். சத்தம் கேட்டுத் திரும்பிப்பார்த்தபோது புறா ஒன்று தரையில் துடித்துக்கொண்டிருந்தது. தானியங்கிக் கதவில் அடிபட்டிருக்க வேண்டும். அதன் மங்கிய வெள்ளைச் சிறகில் திட்டுதிட்டாகச் சிவப்பு பரவியது. தரையில் சிறகுகள் படபடத்து அடித்தன. பழைய அட்டைப்பெட்டியைக் காலிசெய்து நீண்ட குச்சியால் புறாவை அடிப்பக்கமாக நெம்பி அந்தப் பெட்டிக்குள் தள்ளினேன். ஆச்சரியத்துடன் சிலர் என்னை வேடிக்கைபார்த்தனர்.

ஓட்டுநர் இருக்கைக் கண்ணாடியைக் கீழிறக்கி "நேரமாகிறது" என நண்பன் கத்தினான். முகத்தில் அசௌகரியம் நெளிந்தது.

ஐந்து நிமிடங்கள் காத்திருக்கச்சொல்லி வேகமாக என் அடுக்குமாடிக் குடியிருப்பிற்குச் சென்றேன். புறா அட்டைப்பெட்டியை அலமாரியில் வைத்துவிட்டு உள்ளே கையளவுப் பாத்திரத்தில் தண்ணீர் பிடித்துவைத்தேன். பறக்க எத்தனிக்கும் சிறகுகள் அட்டைப்பெட்டியின் சதுர மூலைகளில் முட்டிமோதி ஓசை எழுப்பின. ஜன்னல் கதவுகளைத் திறந்துவைத்துக் கிளம்பினேன்.

நண்பன் வீட்டிற்குள் நுழைந்ததும் நேராகத் தன் படுக்கையறை அலமாரியில் மறைத்துவைத்திருந்த மதுக்குப்பியை எடுத்துக்காட்டி, மீண்டும் பிறந்தநாள் வாழ்த்துகள் சொன்னான். வேலைப்பாடற்ற பழைய பாணியிலான கண்ணாடிக் கோப்பையில் விஸ்கியின் பொன்னிறம் மின்னியது. போதை தலைக்கேறவும் இசையை இயக்கினான்.

"இந்தப் பாட்டு ஞாபகம் இருக்கா?" கண்கள் ஒளிரக் கேட்டான்.

இருவரும் வலக்கையைக் கோத்தபடி நடனம் என்ற பெயரில் இசையின் போக்கிற்கேற்ப கால்களை மாறிமாறி வீசினோம். கைகளை இறுகப் பின்னிக்கொண்டு வெறிபிடித்தவர்களாகச் சுற்றியதில் தரையில் விழுந்த நண்பன், பைத்தியம்போல் சிரித்தான். மதுக்குப்பி காலிடறித் தரையில் கொட்டியது.

"மதுவை வீணடித்தவனுக்கு நரகம்தான்" எனக் காட்டாற்றில் நீர் அருந்தும் விலங்கைப் போல் மண்டியிட்டுத் தரையில் சிந்திய மதுவை நக்கினான். நான் உடல் குலுங்கக் கைத்தட்டிச் சிரித்தபடி சரிந்துவிழுந்தேன்.

“கடைசியாக நாம் இந்த அளவுக்கு சந்தோஷமாக இருந்தது நம் கல்லூரி நாட்களில்தான்! இனி அந்த இனிமையான நாட்கள் திரும்பப்போவதில்லை. தோஸ் ஆர் கோல்டன் டேய்ஸ்.”

“கோல்டன் டேய்ஸ் என்ற வார்த்தையே நம்மை நாமே ஏமாற்றிக்கொள்ளத்தான்!”

நண்பனின் முகம் ஒருகணம் கோணிப்போனது. இன்றாவது நான் இப்படிப் பேசாமல் இருந்திருக்கலாம்.

“நீ உணராமலேயே உன் மூளை கடிவாளம் போட்ட குதிரை மாதிரி அவர்கள் விருப்பம்போல் சிந்திக்கப் பழகிவிட்டது” என்றான்.

மதுவின் போதையில் அவனுடன் விவாதிக்க விரும்பாமல் அமைதியாக இருந்தேன். ஏதேதோ புலம்பத் தொடங்கினான்.

“நாம் அவ்வளவுதான். ஒழிந்தோம்! அவர்கள் தெளிவாகக் காய்நகர்த்துகிறார்கள்! தனிமனிதச் சுதந்திரம் என்ற ஒன்று அடியோடு அழிந்துவிடும்.” கோபத்தில் மேசையை எட்டி உதைத்தான்.

“அரசாங்க உத்தியோகஸ்தனுக்கு அரசு மீது இத்தனை கோபம் ஆகாது. நீ சிலாகிக்கும் வரலாறு என்பதே அகதிகளையும் அடிமைகளையும் உற்பத்திசெய்ய உதவும் புனைவுக்களம்தான்!” நாவின் நுனிவரை திரண்ட வார்த்தைகளை விழுங்கிக்கொண்டேன். மறுநாள் மதியம்தான் விழித்தோம். சாப்பிட்டு முடித்த பின் தாமதமாக வீட்டிற்குக் கிளம்பினேன்.

அயர்ந்த கண்களோடு உள்ளே நுழைந்ததும் சகிக்க முடியாத துர்நாற்றம். மரண வாடை. கைக்குட்டையை விரித்து மூக்கை மூடிக்கொண்டேன். அறையின் இருட்டில் ஜோடிக் கண்கள் பளிச்சிட்டன. மின்விளக்கை இயக்கியதும், திறந்திருக்கும் ஜன்னல் வழியே பழுப்புநிறப் பூனை குதித்தோடியது. கறுப்புவெள்ளை இறகுகள் அலமாரியின் அடித்தட்டுவரை சிதறியிருந்தன. தலையில்லா புறா! குமட்டிக்கொண்டு வந்தது எனக்கு. தலை கனத்தது.

ஜன்னலின் பின்னால் ஓர் உருவம் அசைவது தெரிந்தது.

‘செத்து ஒழி.’

கையில் கிடைத்ததை ஆக்ரோஷமாய் விட்டெறிந்தேன். வலியில் விநோதமாய்க் கத்தியது பூனை.

நெஞ்சுவரை சுருள்சுருளான நீண்ட தாடியும், ஓங்கிய கையில் கூரிய வாளும், மிரளவைக்கும் கண்களும் கொண்ட பத்தாம் நூற்றாண்டு போர்வீரனின் ஆறடிச் சிலையொன்று பீடத்திலிருந்து கீழே தள்ளி உடைக்கப்பட்டதுதான் தொடக்கம்.

கடந்தகாலச் சின்னங்களின் மீதான வெறுப்பு பொதுவெளியில் அதுவரை இல்லாத அளவு வெளிப்படையாகக் கொப்பளிக்கத் தொடங்கிற்று. நூற்றாண்டுகள் கடந்த வரலாற்றுச் சிற்பங்களை மக்கள், கூட்டம்கூட்டமாக உடைத்து ஆர்ப்பரித்தனர். எதற்கும் உதவாத இறந்தகாலச் சின்னங்களைக் கண்ணாடிப் பெட்டகத்தில் வைத்துக் கொண்டாடும் அருங்காட்சியங்களை இனி இயக்கப்போவதில்லை என்ற அரசு அறிவிப்பும், பண்பாடற்ற மானிடத்தின் எச்சங்கள்தான் கற்காலச் சின்னங்கள் போன்ற முழக்கங்களும் எல்லாத் தொலைகாட்சி அலைவரிசைகளிலும் எதிரொலித்துக்கொண்டிருந்தன. பங்குச்சந்தை உச்சத்தைத் தொட்டிருந்தது. எதிர்பார்த்ததைவிடக் கூடுதல் லாபம். என் கணிப்பு பலித்ததில் மகிழ்ச்சி.

அரசின் சமீபத்திய அறிவிப்பைப் பற்றி அலுவலகத்தில் உற்சாகமாக உரையாடிக்கொண்டிருந்தனர். தேநீர் இடைவேளைக்கு மிகச் சரியான பேசுபொருள். சுவாரசியமற்ற அந்த உரையாடலில் கலந்துகொள்ள விருப்பமில்லை. அலுவலகக் கோப்புகளும் காகித அடுக்குகளும் என் முன் மலையாய்க் குவிந்திருந்தன. என் மேசையில் அலுவலகத் தொலைபேசி அலறியது.

"என்னைப் பார்க்க வர முடியுமா? எவ்வளவு சீக்கிரம் முடியுமோ அவ்வளவு சீக்கிரம் வா." நண்பனின் பேச்சில் நிதானமில்லை. வார்த்தைகள் உடைபட்டு விழுந்தன. அவன் எங்கே என்று சொல்லாவிட்டாலும் எனக்குப் புரிந்திருந்தது. கண்ணாடி அறையினூடாய் மேலாளர் நோட்டமிட்டுக்கொண்டிருந்தார். அலுவலகம் முடிந்ததும் வருவதாகச் சொல்லிவிட்டு இணைப்பைத் துண்டித்தேன்.

"கிழட்டுப் பழமைவாதியை விடாதே!"

"இவன் நம் சமுதாயத்துக்குத் தேவையற்ற சுமை!"

அரசு உத்தரவுகளைப் பொதுவில் கடுமையாக விமர்சித்த முதியவரை இருவர் சேர்ந்து தாக்குவதை வேடிக்கைபார்க்கும் கும்பலோடு சில நிமிடங்கள் நின்றிருந்தேன். நான் மதுக்கடைக்குள் நுழையும்போதே நண்பன் அதிகம் குடித்திருந்தான். அழுது அயர்ந்த கண்கள் சிவந்திருந்தன. உதட்டோரம் உறைந்த ரத்தக்கறை.

என்னைப் பார்த்ததும் சற்றே ஆறுதல் அடைந்தவன், தன் தளர்ந்த பார்வையை என் முகத்தில் நிறுத்தி உடைந்துவிடும் குரலில் மெல்லச் சொன்னான், "விநோத முகமூடி கும்பலால் தன் படைப்புகள் அத்தனையும் கொளுத்தப்பட்ட அதிர்ச்சியில் பிரபல ஓவியர் ஒருவர் முன்தினம் தற்கொலை செய்துகொண்டாரே, நினைவிருக்கிறதா?"

ஆம் எனத் தலையசைத்தேன்.

"அந்த நிகழ்வைப் பற்றித்தான் இன்று நான் வேலைபார்க்கும் இடத்தில் பேச்சு எழுந்தது. 'அரசு ஏன் இதைப் பற்றி எதுவும் பேசவில்லை?' என்று கேட்டேன். 'இது அவருடைய முட்டாள்தனம். இப்போதுள்ள சூழலில் ஓவியக் கண்காட்சி எவ்வளவு ஆபத்து என அவருக்கு முன்னரே தெரிந்திருக்க வேண்டும். அரசுக்கும் இதற்கும் என்ன சம்பந்தம்? இது மக்களின் கோபம்!' என்று ஒட்டுமொத்தமாக மறுத்தார்கள். எல்லோரும் பல வருடங்களாக என்னோடு ஒன்றாக வேலைபார்ப்பவர்கள்தான். நான் சற்றும் எதிர்பார்க்கவில்லை. விவாதம் முற்றிப்போன தருணத்தில் தாக்கப்பட்டேன்! என்னைப் பணியிலிருந்தும் நீக்கிவிட்டார்கள். என்னை மட்டுமே நீக்கினார்கள். யாரும் ஒரு வார்த்தைகூடப் பேசவில்லை!" என்றபோது நண்பனின் கண்கள் கலங்கியிருந்தன.

"இங்கு எல்லாம் மாறிவிட்டது. எல்லோரும் மாறிவிட்டார்கள். அந்தக் காலம் திரும்பப்போவதில்லை. இனி புலம்புவதைத் தவிர செய்வதற்கு ஒன்றுமில்லை" என்றான்.

நண்பனிடம் சத்தமாகப் பேச வேண்டாம் எனச் செய்கைசெய்தேன். புதிதாக வெள்ளையடிக்கப்பட்ட சுவரில் பழைய குரங்கோவியங்கள் ஏதுமில்லை. வரலாற்று முகங்கள் பொறிக்கப்பட்டிருந்த பழைய கண்ணாடிச் சாளரமும் மாற்றப்பட்டிருந்தது. புதிதாகப் பொருத்தப்பட்டிருக்கும் வேலைப்பாடற்ற சாளரம் மேலும் சலிப்பூட்டியது. நண்பன் மற்ற

மேசைகளைப் பரிதாபமாக நோட்டமிடுவதும் மதுக்குப்பியை அப்படியே கவிழ்ப்பதுமாக இருந்தான்.

“சரி விடு! இனி வருத்தப்பட்டு ஒன்றும் ஆகப்போவதில்லை.”

நான் அப்படிச் சொன்னதில் அவன் மேலும் உடைந்திருக்க வேண்டும். தலையை வேகமாய் அசைத்துத் தனக்குள்ளாக ஏதோ சொன்னான். அவனால் முடிந்தது அவ்வளவுதான். இனி யாரால்தான் என்ன செய்துவிட முடியும்? மது அருந்தும் மனநிலை இல்லாததால் அவன் இருக்கச்சொல்லியும் சீக்கிரமே கிளம்பிவிட்டேன்.

கட்டடத்தின் வாசலில் இருபக்கமும் உள்ள பீங்கான் பானைகளில் நீரூற்று வழிந்துகொண்டிருந்தது. மேற்பகுதி விரிந்தும் கீழ்ப்பகுதி கூம்பு வடிவில் சுருங்கி இறங்கும் அந்தப் பீங்கான் பானைகளை வெறித்துக்கொண்டிருந்தேன். ஏதோவொன்று மனத்தை அரித்தது. வழக்கத்தைவிடக் குளிர் அதிகம். அடுத்தடுத்து இரண்டு சிகரெட்டுகள் பிடித்தேன். கைகளைச் சூடேற தேய்த்துக்கொண்டேன். குபுக்குபுக் எனத் தண்ணீர் பீறிடும் பானைகளின் அமைப்பு கழுத்தறுபட்ட புறாவை நினைவுபடுத்தியது. பார்வையை விலக்கிக்கொண்டு நடக்கத் தொடங்கினேன். மஞ்சள்நிற டாக்ஸி என் பக்கமாக ஒதுங்கிநின்றதும் ஏறிக்கொண்டேன்.

“என்ன பிரண்ட்! விடுமுறைக் கொண்டாட்டமா?” என்று கேட்ட ஓட்டுநரிடம், “அப்படியெல்லாம் ஒன்றுமில்லை” என்றேன். வானொலியில் ஒலிப்பரப்பாகும் இசை நிகழ்ச்சியை நான் கூர்ந்து கவனிப்பதை உணர்ந்த ஓட்டுநர், “உங்களுக்குப் பிடித்த இசைக் கலைஞரோ?” என்று கேட்டான்.

“ஆமாம்! இவரின் சில பாடல்கள் எனக்கு மிக நெருக்கமானவை. குறிப்பாக *Going Nowhere* பாடல். என் சிறுவயதின் பல இரவுகளை அந்தப் பாடலோடு தனிமையில் கழித்திருக்கிறேன்.”

கண்கள் மூடி இசையின் ஓட்டத்திற்கு என்னை அர்ப்பணித்துக்கொண்டேன். நினைவுகளின் சுழலில் சிக்கி மூச்சுதிணறியது.

சிறுவன் தன் மெலிந்த மணிக்கட்டைத் துருப்பிடித்த ஜன்னல் கம்பிகளின் இடைவெளியில் நுழைத்து வெளிப்புறமாகச் சோளத்தைப் பரப்பிவைத்துவிட்டு, நெளிந்த கிண்ணத்தில் தண்ணீர் பிடித்துவைக்கிறான். ஆனால், இடிந்த

கட்டடத்தில் அமர்ந்திருந்த கருஞ்சாம்பல்நிறப் புறா, சிறுவன் எதிர்பார்த்ததைப் போல் உடனே பறந்துவரவில்லை.

"நாம் பார்த்துக்கொண்டே இருந்தால் வராது. பயந்துவிடும்" என்றவள் சிறுவனைத் தூக்கிக்கொண்டு விலகியதுதான் தாமதம், ஜன்னலருகே புறா பறந்துவருகிறது. சிறுவன் சந்தோஷமாக அவளின் கன்னத்தில் முத்தமிடுகிறான். அப்போது வாசல் கதவைப் படாலென்று திறந்து உள்ளே நுழைந்த தடித்த ஆணின் குரல் சத்தமாக ஒலிக்கிறது. மிரண்டுபோன சிறுவன் அவளது பிடியிலிருந்து விலக்கப்பட்டு வெளியே தள்ளப்படுகிறான்.

மீண்டும் கதவு திறக்கப்பட்டபோது சிறுவனின் பிடரியில் அடிப்பதைப் போல் மீசைக்காரன் சைகைசெய்து சிரித்தபடி கிளம்பிப்போகிறான். உள்ளே நுழைந்த சிறுவன் வேகமாக ஜன்னலருகே போய்ப் பார்க்கிறான். புறா தென்படவில்லை!

அன்றைய இரவு வெகுநேரம் சிறுவனை மடியில் கிடத்தித் தலைகோதியபடி விசும்பிக்கொண்டிருக்கிறாள். மறுநாள் விடியலின் வெளிச்சம் பிறக்கும் முன்னே சிறுவனை இடுப்பில் தூக்கிவைத்தபடி வேகமாக நடக்கத் தொடங்குகிறாள். சிறுவன் அத்தனை பாரமில்லைதான். இருந்தும் அவளுக்கு மூச்சிரைக்கிறது.

மெல்லிய புன்னகையோடு சொல்கிறாள், "அங்கே நிறைய புறாக்கள் இருக்கும்."

சிறுவனின் கண்கள் ஆசையில் விரிகின்றன. அவனது கிழிந்த சட்டைப்பைக்குள் கருஞ்சாம்பல்நிற இறகைச் செருகுகிறாள். சிறுவன் அவளது முகத்தில் இறகால் வருடிச் சிரிக்கிறான். அவனை இறுக அணைத்து முத்தமிட்டபோது அவளின் கருநீலக் கண்கள் சிறுத்திருந்தன.

போகும் வழியில் சிறுவனுக்கு மிகவும் பிடித்த உணவுப் பண்டத்தை ஊட்டிவிடுகிறாள். பின் அவனின் காதோரம் Going Nowhere பாடல் வரிகளை அவள் முணுமுணுத்துக்கொண்டே வரவும் உறங்கிப்போகிறான். அவன் கண் விழித்துப் பார்த்தபோது தூரத்தில் பண்ணைவீடு தெரிகிறது. சன்னமான குரலில் சொல்கிறாள், "அழாமல் இருக்க வேண்டும். நான் சீக்கிரமே வந்துவிடுவேன்." சிறுவன் அவளை விடாமல் இறுக அணைத்துக்கொள்கிறான்.

பல கரங்கள் ஒன்றாக என் குரல்வளையை நெறிக்கின்றன. 'நாளை முதல் கனவுகளுக்கும் தடைவிதிப்போம்.' யாரோ ஒருவன் என் செவிமடலில் உரக்கக் கத்துகிறான். மறுசெவிக்குள் அவள் பாடிக்கொண்டே இருக்கிறாள். கண்கள் அதிர்ந்து திறக்கிறேன். என்னை அரவணைக்கக் காத்திருப்பவளாகச் சாலையின் நடுவே நிற்கிறாள், இரு கைகளை நீட்டியபடி. முகப்புவிளக்கு வெளிச்சத்தில் அவள் முகம் இன்னும் தெளிவாகத் தெரிகிறது. அதே புன்னகை! என் வாகனம் நிற்கவில்லை. அவளை நோக்கி இன்னும் வேகமாய் விரைகிறது. கண்கள் மூடி, பெருங்குரல் எடுத்துக் கத்துகிறேன். அதற்குள், அவளுள் நுழைந்த வாகனம் மின்னலாய் வெளியேறியிருந்தது.

சாலையோரம் டாக்ஸியை நிறுத்தி என்னை இறங்கச் சொன்னான். குளிர் ஜாக்கெட்டின் தலைப்பகுதியை முன்னிழுத்துவிட்டு நடைபாதையில் தனியாக நடந்தேன். இரவுக் காற்றின் குளிர்ச்சியில் செவிகள் விறைத்துப்போயின. இருச்சக்கர வாகனம் ஒன்று உறுமியபடி என்னைக் கடந்துபோனது. வாகன ஓட்டியை இறுக அணைத்திருந்தவள் நொடிப்பொழுது என்னைத் திரும்பிப்பார்த்து ஏளனமாகப் புன்னகைத்தாள். அதுவரை உணராத தனிமை. தன்னுணர்வின்றி என் நடையின் வேகம் கூடியிருந்தது. பக்கத்துக் குடியிருப்பில் சிவப்பு ஸ்வட்டர் அணிந்த முதியவர், ஜன்னல் கம்பிகளினூடே வீதியை வெறித்துக்கொண்டிருந்தார். யாருடனும் பேசுவதற்கும் பகிர்வதற்கும் எதுவும் மிச்சமில்லாததைப் போல.

சிவந்த கண்களும் கூரிய நகங்களோடு ஏதோவொன்று என்னை விரட்டுவதைப் போன்ற உள்ளுணர்வு. மீள முடியாத அலையில் சிக்கிக்கொண்டதைப் போன்ற அச்சம். வீட்டை நோக்கி ஓட்டம் எடுத்தேன். உள்ளே நுழைந்ததும் வாசற்கதவை வேகமாய்த் தாழிட்டுக்கொண்டேன். ஆளரவமற்ற வீட்டின் நிச்சலமான வெறுமை, காலி இருக்கைகள், புகைப்படச் சட்டங்கள் அப்புறப்படுத்தப்பட்ட கறைபடிந்த சுவர்கள், மரப்பறவைகள், காலி புத்தக அடுக்குகள், மேசையில் கழுவாமல் கிடக்கும் சாப்பாட்டுத் தட்டு, ஜன்னலின் மறுபக்கம் கடுவன் பூனையின் நிழலசைவு, தரை முழுவதும் கறுப்புவெள்ளைப் புறா இறகுகள், சுக்கல் சுக்கலாய்ப் புகைப்படங்கள், கிழித்தெறிந்த புகைப்பட முகங்கள் எல்லாம் ஒன்றுகூடி உரக்கச் சிரிக்கின்றன. உள்ளுக்குள் நிற்காத ஓலம்.

‘இங்கே நீ அழாமல் இருக்க வேண்டும். தினமும் நிறைய புறாக்களைப் பார்க்கலாம். அம்மா சீக்கிரமே வந்து கூட்டிப்போவேன்.’ ‘டே பையா! உன் வீட்டுக்குப் போக வேண்டுமா? அப்போது நான் சொல்வதைச் செய்வாயா? வேறு யாருக்கும் தெரியக் கூடாது.’ ‘உன் அப்பாவின் பெயர் என்ன?’ ‘உங்கள் இனமே இப்படித்தான். விரட்டி அடித்ததில் தப்பே இல்லை.’ ‘எந்தப் பெண்தான் உன்னோடு இருப்பாள்? உன்னால் எதுவும் முடியாது.’

உடல் நடுங்கியது. காலணிகளைக் கழற்றவில்லை. விஸ்தாரமான காலிப் படுக்கையில் அப்படியே சரிந்தேன். ஏமாற்றாமல் அரவணைக்கும் மடி எனக்கும் வாய்த்தால்தான் என்ன? தலையணையில் முகத்தைப் புதைத்தேன். உரக்கக் கத்த வேண்டும்போல் இருந்தது. வழவழப்பான புறா இறகுகள் மொத்தமும் மின்விசிறிக் காற்றில் சுழன்று மோதி என் மீது மலையாய்க் குவிந்து அழுத்தின. விரல்நுனியில் சுழலும் கூடைப்பந்தாய்த் தலை சுற்றியது. என் காதுமடலுக்குள் சற்றும் பிசிறில்லாமல் பாடிக்கொண்டே இருக்கிறாள். திருட்டுத்தனமாய் வேவுபார்க்கும் கடந்தகால நினைவுகள் மொத்தமும் கூட்டமாக என்னை விரட்ட, தன் நெஞ்சோடு என்னை அணைத்துக்கொள்கிறாள். கண்ணீர் மட்டுமே வாய்த்தவன்போல அழுதுகொண்டே இருக்கிறேன். அழுதுகொண்டே இருக்கிறேன். அழஅழ என்னை இறுக அணைத்துக்கொள்பவளின் உடல் ஸ்பரிசத்திற்காக.

●

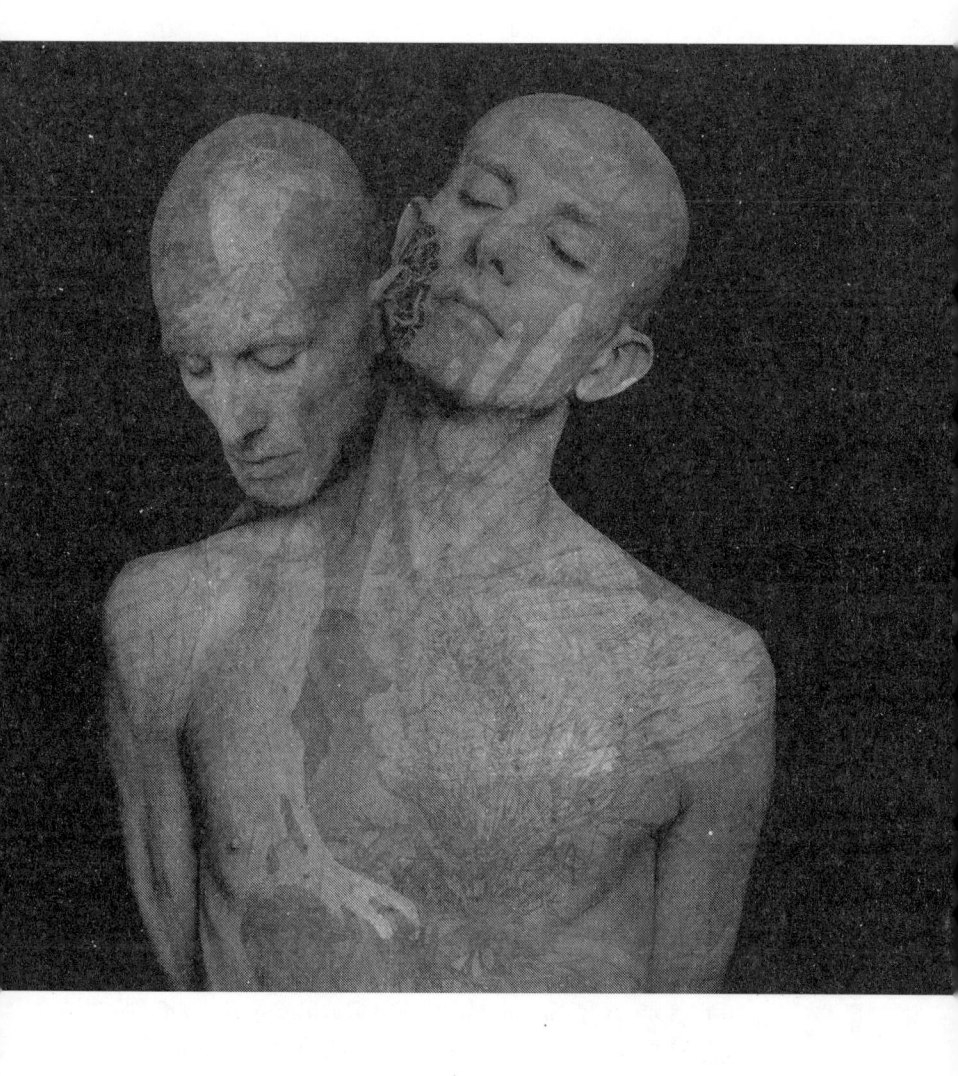

இரட்டை இயேசு

"இந்தியாவைப் போல இங்கும் வறுகடலை மிகவும் பிரபலம்" என்றபடி பீங்கான் தட்டில் உரித்த வறுகடலையைத் தட்டியவர், "இன்னும் கொஞ்ச நேரத்தில் இசை தொடங்கிவிடும்" என்றார். வாரயிறுதி நாளின் பின்மாலை நேரம். இந்தோனேசியாவின் ஜாவா தீவில் உள்ள பிரபல உணவகத்திற்கு நானும் என்னோடு ஒன்றாக வேலைபார்க்கும் ஐரோப்பியரும் வந்திருந்தோம். காகிதத் தொழிற்சாலை ஒன்றில் இயந்திரவியல் தொடர்பான என் நிறுவன வேலைக்காக நான் சென்னையிலிருந்து இங்கு வந்து, கிட்டத்தட்ட பத்து நாட்கள் ஆகின்றன.

உணவகத்தில் நுழைந்த பிற்பாடுதான் கவனித்தேன். எல்லோரது பார்வையும் ஒருவிதக் குறுகுறுப்புடனும் எங்களையே மேய்ந்தபடியிருந்தன. உலகெங்கும் தொற்றுநோய் பரவிவரும் நேரத்தில், மொழி தெரியாத நகரில், அதுவும் ஒரு ஐரோப்பியனுடன்... இதுபோன்ற வெறித்த பார்வை இயல்புதான்.

பிப்ரவரி இறுதியில், இந்தியாவிலிருந்து புறப்படும்வரை கொரோனா தொற்று என்பது என்னளவில் வெறும் உலகச் செய்தியே. ஆனால், கடந்த ஒரு வாரமாக இந்தியாவிலும் சரி, இந்தோனேசியாவிலும் சரி நோய்த்தொற்று எண்ணிக்கை கொஞ்சம்கொஞ்சமாக அதிகரித்து நூறைக் கடந்துவிட்டது. மற்ற நாடுகளை ஒப்பிடும்போது இந்த எண்ணிக்கை மிகமிகக் குறைவுதான். ஆனால், எந்நேரமும் எங்கும் நிலைமை

மாறக்கூடும். இந்தியாவில் இதுவரை பாதிக்கப்பட்டவர்களில் பெரும்பாலானோர் வெளிநாடுகளிலிருந்து திரும்பியவர்கள் எனக் கேள்விப்படும்போதெல்லாம், இந்த இக்கட்டான நேரத்தில் என்னை இந்தோனேசியா அனுப்பிய என் நிறுவனத்தைத் திட்டித்தீர்த்தேன்.

நாங்கள் தங்கியிருக்கும் ஹோட்டலிலிருந்து உணவகம் பக்கம்தான் என்பதால் நடந்தே வந்திருந்தோம். என்னைவிட ஐரோப்பியருக்கு நன்கு வியர்த்திருந்தது. தன் வெளுத்த முகத்தை நான்கைந்து டிஷ்யூ பேப்பர்களால் அழுத்தமாய்த் துடைத்துக்கொண்டார்.

"வெல்கம் சார்" என உதட்டில் அடர் சிவப்புவண்ணம் பூசியிருக்கும் பெண் சிப்பந்தி, எங்களைப் பார்த்து முறுவலித்தாள். ஐரோப்பியரும் பதிலுக்குத் தலையாட்டி மெலிதாய்ச் சிரித்தார். சிரிப்பு என்பது இந்நாட்களில் பாதுகாக்கப்பட வேண்டிய அரிய பொருளாகிப்போனதால் நினைத்ததும் செலவழிக்க என்னால் முடியவில்லை. மரணம் எல்லோரது முகங்களையும் வேடிக்கை பார்த்துக்கொண்டிருக்கும் சமயத்தில் எதற்கு இந்தத் தேவையில்லாத சிரிப்பு? பெண் சிப்பந்தியும் என் பதில் புன்னகைக்குக் காத்திருக்காமல், "என்ன ஆர்டர்?" என்றாள்.

மிளகாய்க் காட்டம் நாக்கில் உறைக்கும்படி காரமான ஃப்ரைட் ரைஸ் சொன்னார். இங்குள்ள உணவகத்தில் ஃப்ரைட் ரைஸ் மட்டுமே அரிசி சார்ந்த உணவு என்பதால் பிடிக்காதபோதும் நான் மறுக்கவில்லை. உணவும் மதுவும் ஒருசேரக் கிடைக்கும் உணவகம் என்றபடியால், ஃப்ரைட் ரைஸ் தயாராகும்வரை, ஆளுக்கொரு பெரிய கண்ணாடிக் கோப்பையில் ஜில்லென்ற பியர் சொன்னோம். வெள்ளை நுரை ததும்பும் பியர் கோப்பையை உயர்த்தி ஐரோப்பியர் 'ஷியஸ்' என்றார். சாவின் மடியில் அமர்ந்தபடி மது அருந்தும் என் மெத்தனத்தை நினைத்துச் சிரித்துக்கொண்டேன்.

"இரண்டு நாட்கள் முன்பு நம் தொழிற்சாலையின் வழக்கமான மருத்துவச் சோதனையின்போது உனக்கு உடல்வெப்பம் அதிகம் காட்டியதும் உன் கண்களைப் பார்க்க வேண்டுமே. நீ மொத்தமாய்ப் பயந்துபோயிருந்தாய்." பெருத்த சரீரம் குலுங்க ஐரோப்பியர் என்னைப் பார்த்துச் சிரித்தார். ஐம்பது வயதைக் கடந்த அவரது முகத்தில் எந்தவொரு பதற்றமோ அயர்ச்சியோ இல்லை. புன்னகை மட்டுமே நிறைந்திருந்தது.

"உண்மைதான். அந்த ஒரு மணிநேரம் என் மூளை கட்டுப்பாடின்றி ஏதேதோ யோசித்துவிட்டது. உள்ளுக்குள் லேசாக அனத்துவது போன்ற உணர்வு. எப்போதோ எடுத்திருந்த என் ஆயுள்காப்பீட்டுத் தொகையை மீண்டும்மீண்டும் கணக்குபார்த்தேன். வீட்டிலிருந்து இரண்டு மூன்று முறை அழைத்திருந்தார்கள். எப்போதும் அவர்கள் கூப்பிடும் நேரம்தான். சாப்பாடு முடிந்ததா? இங்கு மணி எட்டு. அங்கு நேரம் என்ன? ஒன்றும் பிரச்சினையில்லையே... இப்படியான வழக்கமான கேள்விகளுக்கு அப்போது பதில் சொல்லும் மனநிலையில் நான் இல்லாததால் அழைப்பைத் துண்டித்துவிட்டேன். ஒரு மணிநேரம் கழித்து அடுத்து எடுக்கப்போகும் சோதனையிலும் என் உடல்வெப்பம் கூடுதலாய்க் காட்டிவிட்டால்? அந்த ஒரே கேள்விதான் மனதில் திரும்பத்திரும்ப ஓடிக்கொண்டிருந்தது."

பியர் கோப்பையை மேசையில் வைத்தபடி சொன்னார், "கல்யாணம் ஆகாத இளைஞனையும் மரணபயம் என்னவெல்லாம் யோசிக்கவைக்கிறது."

"மரணபயத்துக்கு வயது வித்தியாசம் இருக்கிறதா என்ன? அதைவிட இன்னொரு விஷயம், சமீபத்தில் நான் கண்ட பத்திரிகைப் புகைப்படத்தில் என்னை நானே பொருத்திப்பார்த்து அன்று விசித்திரமாய்க் கற்பனை செய்துகொண்டிருந்தேன்."

"அப்படி என்ன கற்பனை?"

"நானும் காலனும் ஏதோ பழகிய நண்பர்களைப் போல் பூங்காவின் கல் இருக்கையில் அருகருகே அமர்ந்திருக்கிறோம்."

"காலனா?"

"ஆமாம், மரண தூதன்."

"எந்த நாட்டுத் தூதன்?" கொழுத்த கன்னங்கள் அதிரச் சிரித்தபடி, "ஸாரி! நீ சொல்" என்றார்.

"நானும் காலனும் அருகருகில் அமர்ந்திருந்தாலும் எதுவும் பேசிக்கொள்ளவில்லை. எதிரே சூரியன் மறைவதை மௌனமாய்ப் பார்த்தபடி இருக்கிறேன். அப்போது எங்கிருந்தோ சுடுமணலில் நிலக்கடலை வறுபடும் வாசம் வீசுகிறது."

"இப்போது நம் பிளேட்டில் இருக்கும் வறுகடலைபோல?"

"ஆமாம்! நான் காலனிடம் 'தனியாகச் சாப்பிட மனமில்லாமல் உனக்கும் வேண்டுமா?' என்று கேட்கிறேன். அவன் பதில் ஏதும் சொல்லவில்லை. கைக்கொத்து வேர்க்கடலை என்னிடம் மிச்சம் இருக்கும்போது, 'போகலாமா?' என்று என் காதில் மெல்லக் கிசுகிசுக்கிறான். 'இன்னும் கொஞ்ச நேரம்' என்று நான் சொன்னதும் கோபத்தில் அவனது முகம் விகாரமாகிவிட்டது. 'ஏற்கெனவே நேரமாகிவிட்டது' என்று என்னைப் பார்த்து முறைக்கிறான். மரணத்தை அவ்வளவு நெருக்கத்தில் பார்த்தும் கொஞ்சமும் பயமில்லாமல் ஏக்கம் நிறைந்த கண்களோடு, 'இந்தச் சூரிய அஸ்தமனத்தை மட்டும் பார்த்துவிட்டுக் கிளம்பலாம்' என்கிறேன். காலன் முகத்தின் இறுக்கம் லேசாகத் தளர்கிறது. ஆனால், என் மீது நம்பிக்கை இல்லாமல் என் மெலிந்த மணிக்கட்டை அழுத்தமாய்ப் பற்றிக்கொள்கிறான். ஆடைகள் உரச, கருஞ்சிவப்பு வானில் சூரிய அஸ்தமனத்தை இருவரும் மௌனமாய்ப் பார்த்துக்கொண்டே இருக்கிறோம்."

நான் சொன்னதைக் கேட்ட ஐரோப்பியர் உடல் குலுங்கச் சிரித்தபடி, "அந்த நேரத்திலும் உனக்கு இந்தக் கற்பனை தேவையா? சரி அதைவிடு. நீ அந்தப் பத்திரிகையில் பார்த்தது என்ன புகைப்படம்?"

மீதியிருக்கும் பியரை ஒரே மிடறில் குடித்துக் கீழேவைத்தேன்.

"சீன மருத்துவமனை ஒன்றில் படுக்கையில் கிடக்கும் நோயாளிக்கு சூரிய உதயத்தை மருத்துவர் காண்பிக்கும் புகைப்படம். ஆனால், அப்போதிருந்த என் எதிர்மறை மனநிலையில் சூரிய அஸ்தமனம், காலன், வறுகடலை என்று விநோதமாக கற்பனை போய்விட்டது. அடுத்த மருத்தவச் சோதனையில் என் உடல்வெப்பம் சீராக இருந்து டாக்டர் ஓகே என்று சொல்லும்வரையில் இதேமாதிரி எண்ணங்கள்தான்."

"மரணபயம் எப்படியெல்லாம் யோசிக்கவைக்கிறது."

"இது இயல்புதானே. ஒரு நகைச்சுவையான விஷயம். உள்ளுக்குள் இத்தனை பயத்தை மறைத்துவைத்திருக்கும் நான் ஒருமுறை தற்கொலைக்கு முயன்றிருக்கிறேன்."

"என்ன?"

"ஆம்! அது நான் பத்தாவது படிக்கும்போது நடந்தது. இப்போது நினைத்துப்பார்த்தால் சிரிக்கும் விஷயம்தான்.

தேர்வில் மிகவும் குறைவான மதிப்பெண்களை எடுத்திருந்தேன். மறுநாள் பள்ளியில், ஆசிரியர் பெற்றோர் சந்திப்பு வேறு. எனக்கோ என்ன செய்வதென்று தெரியவில்லை. பயம். வீட்டில் கண்டிப்பு அதிகம். தப்பிக்க தற்கொலை ஒன்றே வழி எனத் தோன்றியது. என் வயதும் அப்போதைய சூழலும் அப்படி யோசிக்கவைத்திருக்கலாம். வயல்வெளிகளைத் தாண்டி எங்கள் ஊரில் ஆள் இல்லா ரயில்வே கிராசிங் ஒன்று உண்டு."

"நான் இந்தியா வந்திருந்தபோது அதே போன்ற பல ரயில்வே கிராசிங்குகளைப் பார்த்திருக்கேன்."

"இந்தியா வந்தபோதா?"

"ஆமாம்! எண்பது தொண்ணூறுகளில். காகிதத் தொழிற்சாலை தொடர்பான வேலை விஷயமாக. அப்போது இந்தியாவில் பல இடங்களுக்குப் பயணித்திருக்கிறேன், மெட்ராஸ், பேலாபூர், அசாம், கோல்கொண்டா இன்னும் சில இடங்கள். பெயர்கள் மறந்துவிட்டன. கோல்கொண்டா என்றதும்தான் அங்கு சினிமா பார்த்தது நினைவுவருகிறது. இந்திய நண்பர் ஒருவர் என்னைப் படத்துக்குக் கூட்டிப்போனார். வெறும் கூரை போட்ட தியேட்டர். பழைய நெளிந்த இரும்பு நாற்காலிதான் என் இருக்கை. ஒரு சந்தேகம்! ஏன் இந்தியப் படங்களில் சோகக் காட்சியிலும் பாடல் வருகிறது. துன்பத்திலும் மக்கள் ஏன் ஆடிப்பாடுகிறார்கள்?"

சிகரெட்டை ஆஷ் ட்ரேயில் தட்டியபடி சிரித்தேன்.

"இரண்டுமணி நேரத்தை இரண்டு யுகமாகக் கழித்தேன். பெரிய மீசை வைத்திருப்பவன்தான் வில்லன்போல. அவன் திரையில் தோன்றும்போதெல்லாம் மக்கள் கோபமாய்க் கத்துவதும்... சீட்டிலிருந்து எழுந்து ஏதோ திட்டுவதுமாய்... ஒரே சிரிப்புதான். அதன் பின் எந்தவொரு இந்தியப் படமும் நான் இதுவரை பார்க்கவில்லை. ஸாரி! பேச்சு வேறெங்கோ போய்விட்டது. பாவம்! என்னால் உன் கடந்தகாலத் தற்கொலை முயற்சி தடைபட்டுவிட்டது. அப்புறம் என்ன ஆனது?" புருவங்களை உயர்த்திக் கேட்டார்.

"பெரிதாக ஒன்றும் நடக்கவில்லை. மிதிவண்டியில் நான் ரயில்வே கிராசிங்கை நெருங்கியபோது ஒரு விரைவுரயில் கடந்துபோனது. அப்படியொரு வேகம்! புழுதிக்காற்று முகத்தில் அடித்தது. சரளைக்கற்கள் சுற்றுமுற்றும் சிதறின. அந்த நொடியில் சாவின் பயம் தொற்றிக்கொண்டது. ரயிலின்

பாரமான இரும்புச் சக்கரங்களின் அடியில் நசுங்கிச் சிதைந்த தலையற்ற முண்டமாய் என்னை நினைத்துப்பார்த்தேன். உடல் வெடவெடத்துப்போக, அதே மிதிவண்டியில் வீட்டுக்குத் திரும்பிவிட்டேன்.

இதில் வேடிக்கையான விஷயமே, மறுநாள் என் வகுப்பு ஆசிரியர் அப்பாவிடம் பெரிதாக ஒன்றும் சொல்லவில்லை. 'கொஞ்சம் விளையாட்டு புத்தி அதிகம். கவனமாகப் படித்தால் தேறிவிடுவான்' என்று மட்டும் சொன்னார். நல்லவேளை நான் வீணாகத் தற்கொலை செய்துகொள்ளவில்லை. தேவையே இல்லாமல் செத்துப்போயிருப்பேன். சில நேரங்களில் மரணபயம்தான் வாழவைக்கிறது."

கொழுத்த தசை ஆங்காங்கே அதிர ஐரோப்பியர், "ட்ரூ ட்ரூ" எனத் தலையசைத்தார்.

இசை நிகழ்ச்சிக்கான ஏற்பாடுகள் தொடங்கின. மினுமினுப்பான சிவப்பு அங்கியும் உயரமான காலணிகளும் அணிந்திருந்த இளம்பெண் கால் மீது கால் போட்டபடி மைக்கை சரிபார்த்துக்கொண்டிருந்தாள். நீண்ட கொண்டை வைத்திருந்தவன் தனது எலெக்ட்ரிக் கிட்டாரை ஒருமுறை வாசித்துப்பார்த்தான். கழுத்துப்பட்டைவரை நெருக்கமான கட்டங்களும் எம்பிராய்டரி டிசைன்களும் கொண்ட பாரம்பரிய இந்தோனேசியச் சட்டை அணிந்திருந்தவன் ட்ரம்ஸ் கருவியோடு தன் இருக்கையின் உயரத்தைச் சரிசெய்துகொண்டான். மூவரும் தங்களுக்குள் ஏதோ உற்சாகமாகப் பேசிக்கொண்டனர். அடுத்த சில நிமிடங்களில், அந்தப் பெண் பாடத் தொடங்கினாள். அதைத் தொடர்ந்து ட்ரம்ஸும் கிட்டாரும் இணைந்துகொண்டன.

இசையின் போக்கிற்கு ஏற்ப தலையசைத்த ஐரோப்பியர், "எனக்கும் சிறுவயது முதலே ட்ரம்ஸ் வாசிக்க வேண்டும் என்ற ஆசை" என்றார்.

"அப்புறம்?"

"அப்பா மறுத்துவிட்டார். நானும் விட்டுவிட்டேன். அவ்வளவுதான். இப்போது ஆசை மட்டும் இருக்கிறது. கற்றுக்கொள்ள சோம்பேறித்தனம்."

இரு பியர் கோப்பைகளையும் மீண்டும் நிரப்பச்சொன்னார். ஒருமுறை எங்களைச் சுற்றிப்பார்த்தேன். எல்லோரும்

பேச்சும் சிரிப்புமாய்க் கொண்டாட்ட மனநிலையில் மது அருந்திக்கொண்டும் சாப்பிட்டுக்கொண்டும் இருந்தனர்.

“தொற்றுநோய் பற்றிய அச்சம் இங்கு யாருக்கும் இருப்பதாய்த் தெரியவில்லை. எல்லோரும் அவரவர் போக்கில் இயல்பாக இருக்கின்றனர்.”

“ஆம்! அதுக்காக பயந்தே சாக முடியுமா? மரணத்தின் முகம் எப்படி இருக்கும் என்று பார்த்துவிட வேண்டியதுதான்.”

இசையின் சப்தத்தில் அவர் பேசுவது சரியாகக் கேட்கவில்லை என்று சமிக்ஞை செய்தேன். இருவரும் அந்த அறையை விட்டு வெளியேறி வாசலில் உள்ள மூங்கில் நாற்காலிகளில் அமர்ந்துகொண்டோம். உள்ளே சப்தமாய் ஒலித்த இசை வெளியே குழந்தையின் மெல்லிய சிணுங்கலாய்க் கேட்டது.

“உங்கள் ஐடியா என்ன? எப்போது நாட்டிற்குத் திரும்புகிறீர்கள்?”

“என் மனைவி பிலிப்பைன்ஸ் நாட்டவள். அவளும் என் பத்து வயது மகளும் அங்குதான் இருக்கின்றனர். ஆனால், இப்போது என்னால் பிலிப்பைன்ஸ் போக முடியாது. அந்நாட்டின் எல்லைகளும் மூடப்பட்டுவிட்டன. என் நாட்டுக்கும் நான் திரும்ப முடியாது. பிரான்ஸில் கால் மணிநேரத்திற்கு ஒருமுறை தேவாலய மணி ஒலித்துக்கொண்டிருக்கிறது. பிணங்கள் புதைக்கப்பட்டுக்கொண்டே இருக்கின்றன. அதில் என்னைப் போன்ற ஐம்பது வயதைக் கடந்தவர்கள்தான் அதிகம். இங்கேயும் என்னால் அதிக நாட்கள் தங்கியிருக்க முடியாது. என்னுடைய இந்தோனேசியா விசா முடியப்போகிறது. இப்போது யோசித்துப்பார்த்தால் உலகில் இத்தனை நாடுகள் இருந்தும் திடீரென்று நான் அனாதையாகிவிட்டேன்.”

“இந்தியாவிற்கு வருகிறீர்களா?”

“இந்தியாவிலும் இப்போது ஐரோப்பியர்களுக்கு அனுமதி இல்லை! அங்கு இப்போதுதான் நோய் பரவத் தொடங்கியிருப்பதாகத் தெரிகிறது.”

“ஆமாம், மார்ச் இருபத்து ஒன்றுக்கு மேல் விமான சேவை முற்றிலுமாய்க் கிடையாதாம். இப்போதைக்கு கேஸ்கள் குறைவுதான். இருந்தும் முன்னெச்சரிக்கையாக விமான சேவையைத் தடைசெய்கிறார்கள். அதற்கு முன் நானும் எப்படியாவது நாட்டுக்குத் திரும்பியாக வேண்டும்” எனச் சொல்லிவிட்டு அடுத்த சிகரெட்டைப் பற்றவைத்தேன்.

"நான் இப்போது பிரான்ஸ் திரும்பிப்போனால் நீ ரயிலில் விழுந்து தற்கொலை செய்துகொள்ள நினைத்ததைப் போலாகிவிடும்."

"கடவுள்தான் ஐரோப்பாவைக் காப்பாற்ற வேண்டும்."

"ஆமாம்! ரோம் நகரம் அங்குதானே இருக்கிறது." கண்களை இடுக்கிச் சிரித்தார். "நீ இப்போது கடவுள் பற்றிச் சொல்லவும், சிறுவயதில் நான் கேள்விப்பட்ட விசித்திரமான கதையொன்று நினைவுவருகிறது. அதன் நிகழ்வுகளும் உலகத்தின் இப்போதைய நிலைமையும் கிட்டத்தட்ட ஒன்றுதான்."

என் மேலுதட்டில் பியர் வரைந்திருந்த தடித்த வெள்ளை மீசையைத் துடைத்துக்கொண்டேன். தொண்டையைச் செருமிக்கொண்டு பியர் கோப்பையை மேசையில் வைத்துவிட்டு அவர் சொல்லத் தொடங்கினார்.

"பத்தொன்பதாம் நூற்றாண்டின் தொடக்கத்தில் ஐரோப்பாவின் சிறு நகரொன்றில் இக்கதை நிகழ்கிறது.

அவ்வூரில் ஒருவன் மட்டுமே சவப்பெட்டி செய்துவந்தான். பலவித மரங்களினாலான சவப்பெட்டிகள். மாதத்திற்கு அதிகபட்சம் நான்கோ ஐந்தோ சவப்பெட்டிகள்தான் விற்றுவந்தன. மனைவியும் மூன்று பிள்ளைகளும் உள்ள குடும்பத்தின் பசியைப் போக்க அந்த வருமானம் போதுமானதாய் இல்லை. கர்த்தரின் கிருபையை யாசித்துக் கண்ணீர் மல்க மன்றாடினான். அடுத்த சில நாட்களிலேயே இதுவரை அவ்வூர் பார்த்திராத விதத்தில் காலரா தாக்கியது. இப்போதிருக்கும் தொற்றுநோய்போலவே பெரும் உயிரிழப்பை உண்டாக்கியது. கரப்பான்பூச்சிக் கூட்டம்போல் மக்கள் கொத்துகொத்தாய்ச் சாகவும் இரவுபகல் பாராமல் சவப்பெட்டிகள் செய்து அடுக்கினான். அந்த இக்கட்டான நேரத்தில் அவன் ஒருவனால் மட்டுமே அவ்வூரில் இறந்த எல்லோருக்கும் நல்லடக்கம் வாய்க்கப்பெற்றது. வீட்டுக்கும் போகாமல் உறங்கவும் நேரமின்றி கண்கள் சிவக்க சவப்பெட்டிகள் தொடர்ந்து செய்தான். அவனது குடும்பம் மொத்தமும் அதே நோயால் இறந்துபோனபோதும் மனம் தளராமல் அவர்களுக்கான சவப்பெட்டிகளையும் செய்தான். திடீரென்று ஒருநாள் சவப்பெட்டிகள் செய்வதை நிறுத்திக்கொண்டான். யார் என்ன சொல்லியும் மறுத்துவிட்டான். 'நான் சவப்பெட்டிகள்

செய்வதாலேயே தொடர்ந்து மக்கள் சாகின்றனர். அதனால் இனி முடியாது' என்றான்."

"அதெப்படி உண்மையாகும்?"

"தான் பிரார்த்தித்ததாலேயே கர்த்தர் ஊரில் கொள்ளைநோயை ஏவிவிட்டார் என்று அவன் நம்பியிருந்தான்."

"முட்டாள்தனம்."

"உண்மைதான்! நீ நினைப்பதுபோல்தான் சிலர் அவனை மடையன் என்றனர். மனித இனத்தின் துரோகி என்றனர். இருந்தும் அவன் மனம் மாறவில்லை.

ஆனால், யாருக்கும் தெரியாமல் இரவு நேரத்தில் உயர்ரக பைன் மரத்தில் தனக்கான சவப்பெட்டியை மிகவும் நேர்த்தியாகச் செய்தான். மரத்தின் பச்சைவாசம்கூடப் போகவில்லை. நைலான் துணிக்கு அடியில் பஞ்சை வைத்து அடைத்தான். அதன் வெளிப்புறத்தில் அவனுக்குப் பிடித்த மேப்பிள் இலைகளின் வேலைப்பாடுகளை நுணுக்கமாய் வடித்தான். ஆனால், எப்படியோ விஷயம் வெளியே கசிந்துவிட்டது. அதேநேரம் இனி சவப்பெட்டிகள் செய்யப்போவதில்லை என்று தொடர்ந்து மறுத்துவந்தான். அரசு சொல்லியும் கேட்கவில்லை. பத்தொன்பதாம் நூற்றாண்டில் அரசின் கோரிக்கையை இப்படி நேரடியாக நிராகரிப்பது பெருங்குற்றம். அதுவும் இது போன்ற இக்கட்டான தருணத்தில். இதைக் காரணம் காட்டி அப்போதைய அரசு அவனுக்கு மரணதண்டனை விதித்தது.

அவன் ரகசியமாய்ச் செய்துமுடித்த சவப்பெட்டியை அவனையே சுமக்கவைத்து வீதிவீதியாக அடித்து இழுத்துச்சென்றனர். போதுமான சவப்பெட்டிகள் இல்லாமல் மொத்தமொத்தமாய்ப் பிணங்கள் ஆங்கங்கே புதைக்கப்படுவதை ரத்தம் தோய்ந்த முகத்தோடு வழியில் பார்த்தான். ஊரின் ஒட்டுமொத்த பாவங்களையும் அவனே சுமந்து நடந்தான்.

'நீ கடமையைச் செய்யத் தவறியவன். உனக்கு நல்லடக்கம் கிடையாது. நீ கொடூரமாகச் சாகக்கடவாய். உன் சாவு பலருக்குப் பாடமாக இருக்கட்டும்!' என்ற உயரதிகாரி அவனது சவப்பெட்டியைப் பிடுங்கிக்கொண்டு, அவனை குன்றின் மீதிருக்கும் வழிபாடற்ற இடிந்த தேவாலயத்துக்கு இழுத்துச்சென்றார். சிதிலமடைந்த ஆலயத்து ஊசிக்கோபுரத்தின் மேலிருக்கும் அகண்ட சிலுவையில்

முன்பக்கம் பிதாமகன் அறையப்பட்டிருக்க, பின்பக்கம் அம்மனிதன் அறையப்பட்டான்."

"என்னது? சிலுவையிலா?"

"ஆமாம்! பாவத்தைக் கரைக்கும் இடம் அதுதானே! அது போக நல்லடக்கம் கிடையாது என்பதுதானே அவனுக்கான தண்டனை.

இனிதான் சுவாரசியமே...

இரண்டு பக்கமும் பாரம் தாங்காமல் சிலுவை ஆடுகிறது. இன்னும் கொஞ்ச நேரத்தில் வேரோடு பெயர்க்கப்பட்ட மரத்தைப் போல் சிலுவை விழப்போகிறது. அந்தச் சாபம் ஊரையே அழித்துவிடும் என்று அஞ்சிய மக்கள், மனம் உருகிக் கூட்டாகப் பிரார்த்திக்க, சிலுவையின் முன்பக்கத்திலிருந்து தேவகுமாரன் உயிர்பெற்று வருகிறார். சிலுவையின் ஆட்டமும் நின்றுவிடுகிறது. காலராவையும் ஒழித்துவிடுகிறார். ஊர்மக்கள் ரட்சிக்கப்படுகின்றனர். சுபம்!"

"சிலுவையின் பின்பக்கம் அறையப்பட்ட அந்தச் சவப்பெட்டி செய்பவன் என்ன ஆனான்?"

"அவன் காலத்துக்கும் சிலுவையிலே அறையப்பட்டுக்கிடப்பான்!"

"அவன் இறைவனிடம் வேண்டியதால்தான் இத்தனை சாவு என்று வைத்துக்கொள்வோம். ஆனால், அவ்வூரில் காலராவை ஏவியது என்னவோ ஆண்டவன்தானே. ஏதோ அவன் மட்டுமே பாவம் செய்தவன்போல. கடவுளுக்கு இதில் எந்தப் பங்கும் இல்லாததுபோல. குழந்தையையும் கிள்ளிவிட்டு தொட்டிலையும் ஆட்டும் செயல். இது சரி கிடையாது."

"சரி தவறு என ஒன்று உலகில் இருக்கிறதா என்ன?"

நான் பதிலேதும் சொல்லவில்லை.

"இந்த மாதிரியான பேச்சுகளும் கேள்விகளும் எழும் என்று தெரிந்துதான், தொற்றுநோயால் இப்போது இவ்வளவு பாதிப்பு இருந்தும் கர்த்தர் இன்னும் உயிர்த்தெழவில்லைபோல." தோள்களைக் குலுக்கிக்கொண்டு கைகளை விரித்து உதட்டைச் சுழித்தார்.

சிலுவையின் ஒருபக்கம் தேவனையும் மறுபக்கம் மனிதனையும் என்னுள் கற்பனை செய்துகொண்டிருந்தபோது மீண்டும்

கண்ணாடிக் கோப்பைகளில் பியர் நிரப்பப்பட்டது. கைபேசியை எடுத்துப்பார்த்தேன். தொற்றுநோய் பற்றிய துணுக்குச் செய்திகளாக உலகமே பரபரத்தது. கைபேசியை அணைத்து சட்டைப்பைக்குள் திணித்துவிட்டுப் பெருமூச்சுவிட்டேன்.

“எனக்கு வேறு வழியில்லை” என்றார். “நான் வியட்நாம் செல்ல இருக்கிறேன். அங்கும் நிலைமை மோசம்தான். ஆனால், ஐரோப்பாவுக்குப் பரவாயில்லை. என்னிடம் வியட்நாம் நாட்டின் விசா இருக்கிறது. இதே கம்பெனி வேலையாக எடுத்ததுதான். இன்னும் விசா முடிய சில மாதங்கள் ஆகும். அதன் எல்லை மூடப்படவில்லை. என்னை இரண்டு வாரங்கள் தனிமைப்படுத்துவார்கள். பரவாயில்லை. எனக்கான மற்ற எல்லாக் கதவுகளும் சாத்தப்பட்டுவிட்டன. இது ஒன்றுதான் இப்போதைக்கு ஒரே வழி.”

“அங்கே தனியாக என்ன செய்வீர்கள்? தெரிந்தவர்கள் யாராவது இருக்கிறார்களா?”

“இங்கு மட்டும் யார் இருக்கிறார்? வரக்கூடிய நாட்களில் உலகில் எந்த மூலையிலும் யாரும் யாருக்கும் துணையாக இருக்கப்போவதில்லை. நீ சொன்ன காலன்தான் இனி எல்லோருக்கும் பேச்சுத்துணை. ஒருவேளை தாமதித்தால் வியட்நாம் நாட்டிலும் விமான சேவையை நிறுத்திவிடுவார்கள்.”

எங்களின் பியர் கோப்பைகள் காலியானதும் ஹோட்டல் அறைக்கு நடந்துசென்றோம்.

“எப்படியோ இன்றைய பொழுது இனிமையாய்க் கழிந்தது. குட்நைட்” என்றுவிட்டு தன் அறைக்குச் சென்றார்.

அன்றைய இரவு நான் கண்ட கனவில், உயரமான மலை உச்சியின் மேல் ரத்தம் தோய்ந்த நிறத்தில் ஒற்றைச் சிலுவை தெரிகிறது. தேவாலயம் எதுவும் அங்கில்லை. அந்தப் பிரம்மாண்ட சிலுவையின் பின்பக்கம் அறையப்பட்ட மனிதனின் உடம்பிலிருந்து வடியும் இளஞ்சூட்டு ரத்தம் முன்பக்கம் மனித குமாரனின் மெழுகு உடலைச் சொட்டுச்சொட்டாய் நனைக்கிறது. வானில் வட்டமடிக்கும் பிணம் தின்னும் ராட்சஸக் கழுகு ஒன்று சிலுவையின் மத்தியில் வந்து அமரவும், பாரம் தாங்காமல் சிலுவை ஆடுகிறது. ஊரே கண்கள் மூடித் துதிக்க இயேசு இன்னும் உயிர்த்தெழவில்லை. சிலுவை வேகமாய் அதிர்ந்துகொண்டே இருக்கிறது...

அழைப்புமணியின் சத்தம் கேட்டதும் கண்விழித்துப் பார்த்தேன். மணி காலை ஒன்பது! கதவைத் திறந்ததும் ஆரஞ்சு நிறச் சட்டையும் காக்கி நிறக் கால்சட்டையும் அணிந்து ஐரோப்பியர் நின்றிருந்தார்.

"ஸாரி, இன்னும் விழிக்கவில்லையா? என் பிளானில் திடீர் மாற்றம். இன்று மதிய ஃபிளைட்டிலேயே நான் கிளம்புகிறேன். அதைச் சொல்லத்தான் வந்தேன். நீயும் எத்தனை சீக்கிரம் முடியுமோ அத்தனை சீக்கிரம் உன் நாட்டுக்குக் கிளம்பிவிடு."

சரி எனத் தலையசைத்தேன். "வியட்நாம் நாட்டில் எங்கே தங்கப்போகிறீர்கள்?"

"உலகின் பெருந்துயரமே உனக்கென்று யாருமற்ற இடத்தில் நீ தனியாகச் சாவை எதிர்கொள்வதுதான். அந்தத் தைரியம் எனக்கில்லை. நான் என் முடிவை மாற்றிவிட்டேன். வியட்நாம் போகவில்லை. ஐரோப்பாவிற்கே திரும்பிப்போகிறேன்! கர்த்தர் ரட்சிக்கட்டும்" என்று கண்சிமிட்டிக் கிளம்பினார். தூரத்தில் தண்டவாளம் அதிர ஒரு விரைவுரயில் அவரை நோக்கி வருவதைப் போல் தோன்றியது.

●

என்றூழ்

மேசையில் சுற்றிவிடப்பட்ட நாணயம் பக்கவாட்டில் சரிந்து விழும் முன் பூவும் தலையும் இருபக்கம் தெரிய ஒரு கணப்பொழுது செங்குத்தாக நிற்கும் காட்சியைத்தான், பிரம்மாண்டமாய்ப் படம்பிடித்துக் காட்டுகிறது இந்தக் கண்ணாடிக் கட்டடம். மாபெரும் நாணய வடிவில் இருக்கும் அந்தக் கட்டடத்தையும் எதிரே தெரியும் சாலைவிளக்கையும் நடைபாதையில் நின்றபடி மாறிமாறிப் பார்த்துக்கொண்டிருந்தார் ஆபிரகாம். சிலந்தி வலையெனப் பின்னிப்பிணைந்திருக்கும் சிந்தனையோட்டம் இன்னும் இயல்புக்குத் திரும்பவில்லை. சமீப நிகழ்வுகளின் அதிர்வலைகளால் உறைந்துபோன மனதின் ஆழத்தில் மீண்டும் அதே கேள்வி.

‘சாரா ஏன் அப்படிக் கேட்டாள்? எப்படிக் கேட்க முடிந்தது?’

பாதசாரிகளுக்கான சாலைவிளக்கு பச்சைக்கு மாறவும் ஓட்டமும் நடையுமாய் சாலையைக் கடந்தார். இன்றும் சாலையில் போக்குவரத்து குறைவுதான். ஏர் டாக்சியைத்தான் பெரும்பாலானவர்கள் விரும்புகின்றனர். பயணக் காசு கொஞ்சம் அதிகம்தான் என்றாலும் அதில்தான் நேரம் மிச்சம்.

நாணய வடிவக் கண்ணாடிக் கட்டடத்தின் வாசலில் நின்று அண்ணாந்துபார்த்தார். வட்ட விளிம்புகளில் பட்டுத் தெறிக்கும் சூரிய ஒளியால்

கண் கூசியது. கீழ்த்தளத்துக் கூடத்தில் அடர்நீலப் பின்னணியில் சிறுசிறு ஒளித்துகள்களான முப்பரிமாண டிஜிட்டல் உருவம் அன்றைய செய்தித் துணுக்குகளை வாசித்துக்கொண்டிருந்தது.

இரண்டு ஆண்டுகள் முன் இதே நாளில் தோல்வியடைந்த *'SOL-X'* திட்டத்தின் சிதலமடைந்த விண்கல பாகங்களை அரசு இன்று அருங்காட்சியகத்தில் முறையே இணைத்திருக்கும் முக்கியச் செய்தியை விளக்கிக்கொண்டிருந்தது. மென்சிரிப்போடு அச்செய்தியை விவரிக்கும் ஒளிக்கீற்று உதடுகளை ஆபிரகாம் பார்த்தபடி நின்றார். மெல்ல எரிச்சல் மேலிட்டது.

'SOL-X'-இன் பழுதடைந்த அதிநவீன இயந்திரவியல் கருவிகள், சூரிய வெப்பத்தைத் தாங்கும் *heat shield, Advanced Cooling system* என அருங்காட்சியகத்தில் இணைக்கப்பட்டிருக்கும் அதன் உடைந்து சிதறிய பாகங்களின் புகைப்படங்கள் திரையில் ஓடின. சூரிய மேற்பரப்பில் விண்கலத்தைத் தரையிறக்கும் மானிடக் கனவின் தொடர் தோல்விகளை அது பட்டியலிட்டுக்கொண்டிருந்தபோது முகச்சுளிப்போடு மின்தூக்கிகளை நோக்கி நடந்தார் ஆபிரகாம்.

முப்பத்தைந்தாவது தளத்தில் இருக்கும் தன் அலுவலகத்தை அடைந்ததும் வாசலில் தட்டையான கரும்பலகைபோல் இருக்கும் கறுப்புப் பெட்டியின் முன்னால் சென்று நின்றார். ஒரு ஆணின் பாதி உயரம் இருக்கும் அந்த மின்னணுச் சாதனம் பளிரென்று ஒளிபெற்று முகத்தை ஸ்கேன் செய்தது.

"குட் மார்னிங் மிஸ்டர் ஆபிரகாம்! இன்றைய பொழுது இனிதாக அமையட்டும். உங்களது அலுவலக வருகைநேரம் காலை ஒன்பது மணி மூன்று நிமிடங்கள்."

ஆபிரகாமின் டிஜிட்டல் உருவம் கறுப்புப்பெட்டியின் மின்திரையிலிருந்து வெளியே துருத்தி எட்டிப்பார்த்தது. ஆராய்ச்சி மற்றும் மேம்பாட்டுப் பொறியாளர் ஆபிரகாம் என்ற டிஜிட்டல் அலுவலக அடையாள அட்டையில், கோட்டும் டையுமாக இருக்கும் தன் புகைப்படத்தை அடிக்கடி மாற்றிக்கொண்டே இருப்பார் ஆபிரகாம். ஆனால், இன்று அவர் அதில் நாட்டமேதும் காட்டவில்லை.

"உங்கள் ரெட்டினா வழியாக உடல் இயக்கம் சீராக இருப்பதை அறிகிறேன். எனக்காக உங்கள் நேரத்தை ஒதுக்கியமைக்கு நன்றி."

கறுப்புப்பெட்டி இனிமையான பெண்குரலில் பேசிமுடித்தவுடன் அவரது முப்பரிமாண டிஜிட்டல் உருவம் சிறுசிறு துகள்களாக வெடித்துச்சிதறி மீண்டும் வெறும் கரும்பலகையாக மாறியது.

மேசைகள் இல்லாத அலுவலகத்தில் அங்கொன்றும் இங்கொன்றுமாய் அகலமான இருக்கைகள். சதுரவடிவக் கண்ணாடிச் சுவரின் பக்கவாட்டில் உள்ள கறுப்பு இருக்கையில் ஆபிரகாம் அமர்ந்தார். திறந்த வானின் பளீர் வெளிச்சம் மனதுக்கு சற்று ஆசுவாசம் தந்தது. மழைநாட்களின் ஈசல்களைப் போல் சீரற்றரீதியில் அங்கும்இங்குமாக ஏர் டாக்சிகள் பறந்துகொண்டிருந்தன.

எதிரே தெரியும் அடுக்குமாடிக் கட்டடங்களின் சிறு இடைவெளியினூடே, மஞ்சள் ஒளிப்பாம்பாய் நுழைந்த கதிரொளி, வளைந்தும் ஊர்ந்தும் படமெடுத்துச் சீறியும் வான் போக்குவரத்துக்கு அஞ்சி தலை தாழ்த்தியும் இறுதியில் ஒரு பழுப்பு நாய்க்குட்டியாய் உருமாறி தார்ச்சாலையில் உருண்டுபுரள்வதை மௌனமாய்ப் பார்த்தபடி இருந்தார்.

சட்டெனத் துணுக்குற்று சட்டைப்பையில் மடித்துவைத்திருக்கும் கைபேசியை எடுத்துப்பார்த்தார். குறுஞ்செய்திகளும் மின்னஞ்சல்களும் நினைவூட்டல்களும் கைபேசியின் திரையிலிருந்து மின்குமிழிகளாய் மேலே எழுந்தன. ஒன்றுகூட சாராவிடமிருந்து இல்லை! ஆத்திரத்தோடு அத்தனை மின்குமிழிகளையும் மீண்டும் கைபேசியின் செயலிக்குள் தள்ளிவிட்டார்.

நேற்றிரவு சாராவுடன் எழுந்த வாக்குவாதத்தால் இன்று காலையுணவு எடுக்கவில்லை. பசித்தது. தன் உடல் எடைக்கு ஏற்ற கலோரிச் சத்து மாத்திரைகள் இரண்டை விழுங்கிக்கொண்டார்.

“குட் மார்னிங் மிஸ்டர் ஆபிரகாம்.”

“குட் மார்னிங் மிஸ் லின்டா.” வெற்றுச் சிரிப்போடு கைகொடுத்தார். ரப்பர் சிலிக்கான் தோலின் மென்மையான தொடு உணர்வு.

தன் மினி ஸ்கர்ட்டின் சுருக்கங்களைச் சரிசெய்தபடி இருக்கையில் அமர்ந்த லின்டா சிலநொடி ஆபிரகாமை உற்றுநோக்கினாள்.

“முகம் ரொம்ப சோர்வாக உள்ளதே, இரவு சரியான தூக்கமில்லையா?”

“ம்ம்ம்...”

“அலுவலக வேலை நெருக்கடியா?”

“அதெல்லாம் ஒன்றுமில்லை லின்டா!”

“வேறெதுவும் தனிப்பட்ட பிரச்சினையா? நீங்கள் விரும்பினால் ஒரே துறையில் வேலைபார்க்கும் சக பொறியாளர் என்ற முறையில் என்னிடம் பகிர்ந்துகொள்ளலாம். மனிதர்களின் பிரச்சினைகளைத் தீர்க்கத்தானே எங்களின் செயற்கை நுண்ணறிவு. என்னால் முடிந்தவரை உதவ முயல்வேன். பயப்பட வேண்டாம். உங்களது அனைத்துத் தகவல்களும் அரசின் தனிநபர் தகவல் காப்புரிமைச் சட்டத்தின்படி பாதுகாப்பாய் இருக்கும்.”

“தாங்க்ஸ் லின்டா! அப்படி எதுவுமில்லை. தூக்கம் சரியில்லை அவ்வளவுதான்.”

“எனக்குத் தெரியும். மனிதர்கள் எல்லா நேரங்களிலும் எல்லாவற்றையும் எல்லோரிடமும் பகிர்வதில்லை!”

கால் மேல் கால் போட்டு அமர்ந்தபடி கண்சிமிட்டிச் சிரித்தாள். அளவெடுத்துத் தைத்த சில நிமிடச் சிரிப்பு. நீண்டு சுருங்கிய உதட்டின் இருபக்கமும் சிந்தெட்டிக் கோடுகள் வந்து மறைந்தன.

ரோபோக்களிடம் பொய் சொல்வது முடியாத காரியம். உண்மையை மறைப்பதும்கூட இயலாத ஒன்று. மனிதனுக்கும் இயந்திரத்துக்குமான முதல் முரண்கூட இந்தப் புள்ளியில்தான் தொடங்குகிறது. பதிலேதும் சொல்லாமல் லின்டாவிடமிருந்து ஆபிரகாம் தன் பார்வையை விலக்கிக்கொண்டார். பேச்சு எரிபொருளற்றுப் பாதியிலேயே நின்றுபோனது.

நான்கு ப்ரோப்பலர்கள் கொண்ட மஞ்சள்நிற ஏர் டாக்ஸி ஒன்று கட்டடத்தின் மிக அருகில் பறந்துபோனது. அலுவலக வேலை தொடர்பான ஆலோசனை என்றால்கூட சக ரோபோக்களிடம் கேட்கலாம். தனிப்பட்ட விஷயத்தை, அதுவும் சாராவைப் பற்றி விவாதிப்பதில் இருக்கும் சிக்கலை ஆபிரகாம் அறியாமல் இல்லை.

சாராவின் புதிர் போடும் கண்கள் நினைவு வரவும் மீண்டும் தயக்கத்தோடு ஃபோன் செய்தார். எடுக்கவில்லை.

காலையிலேயே கவனித்திருந்தார். முழு பாட்டரி அளவும் பச்சையில் மிளிர தன்னை முழுதும் சார்ஜ் செய்திருந்தாள். நிச்சயம் அவளது முகத்தெதிரே உரிமையாளரின் அழைப்பு வந்து மறைந்திருக்கும். அப்புறம் ஏன் அழைப்பை ஏற்கவில்லை?

சாரா நேற்று சொன்ன விசயத்தைப் பற்றி இணையதளத்தில் தேடிப்பார்க்கலாம் என்று தோன்றியது. தன் இணையதளத் தேடல்களின் விவரங்கள் சாராவுக்கும் போய்ச்சேரும் என்பது நினைவு வரவும் அந்த எண்ணத்தைக் கைவிட்டார்.

சாரா சொன்னது எப்படிச் சாத்தியம்? ஒருவேளை நம்ப முடியாததை நிகழ்த்திக்காட்டும் அறிவியல், நாளை ‘இதுவும் சாத்தியம்’ என்று சொல்லிவிட்டால்?

நண்பர் ஜோஹனின் நினைவு வந்தது. அவர் வழக்கமாக அமரும் இடத்தைத் தன் இருக்கையில் அமர்ந்தவாறே எட்டிப்பார்த்தார். இன்றும் ஜோஹன் வரவில்லை. சலிப்பு மேலிட ஆபிரகாம் கொஞ்சம் சத்தமாகவே உச்சுக்கொட்டவும், எல்லா ரோபோக்களும் ஒரே ரீதியில் தலையைத் திருப்பிப்பார்த்தன.

அலுவலகச் சுற்றுப்பயணத்தில் இருந்த ஜோஹன் நேற்றே திரும்பியிருக்க வேண்டும். அவரைத் தவிர்த்து அலுவலகத்தில் பணிபுரியும் மற்ற மூவரிடம் ஆபிரகாமுக்கு அத்தனை பரிச்சயம் இல்லை. இந்த மூவரை விட்டால் ஏனையவையெல்லாம் லின்டாவைப் போல் மனித உருவும் பன்மடங்கு ஆற்றலும் கொண்ட மனித ரோபோக்கள்தான்.

ஜோஹனிடமாவது முன்கூட்டியே சாராவைப் பற்றி சொல்லியிருக்கலாம். திடீரென்று பேசினால் இருவருக்குமே நெருடல்தான். ஆனால், வேறு வழியில்லை. இந்த அலைக்கழிப்பிலிருந்து விடுபட யாரோ ஒருவரிடமாவது எல்லா விஷயங்களையும் ஒளிவுமறைவின்றி விவாதித்துத்தான் தீர வேண்டும். ரோபோக்கள் விஷயத்தில் ஜோஹனின் கணிப்பும் உள்ளுணர்வும் பெரும்பாலும் பொய்ப்பதில்லை.

ஜோஹனுக்கு ஃபோன் செய்தார். கைபேசியிலிருந்து மேலெழுந்த ஜோஹனின் டிஜிட்டல் உருவம் பேசியது, “மார்னிங் மிஸ்டர் ஆபிரகாம். நேற்று இரவுதான் திரும்பினேன்.

இன்று மதியத்துக்கு மேல் அலுவலகம் வந்துவிடுவேன். ஏதாவது முக்கியமான விஷயமா?"

"ஆமாம், உங்களோடு தனிப்பட்ட முறையில் கொஞ்சம் பேச வேண்டும்."

"கட்டாயம்! மதியம் அலுவலகம் வந்துவிடுவேன். பொறுமையாகப் பேசுவோம்."

"ஓகே பை!" அணைந்து அணைந்து பிரகாசித்த ஜோஹனின் உருவம் மறைந்துபோயிற்று.

"ஸாரி ஆபிரகாம், உங்களை மீண்டும் தொந்தரவுசெய்வதற்கு மன்னிக்க வேண்டும். உங்களின் சில நிமிடங்கள் தேவை."

நெற்றியில் விழும் முடிக்கற்றைகளை ஒதுக்கிக்கொண்டு, வெள்ளைச் சட்டைக்கு மேல் அணிந்திருக்கும் கறுப்புக் கோட்டைத் தன் ரப்பர் சிலிக்கான் உள்ளங்கையால் சரிசெய்தபடி ஆபிரகாமின் பதிலுக்காக லின்டா காத்திருக்கவும், "ம்ம் கட்டாயம்" என்று ஆபிரகாமும் தன் இருக்கையிலிருந்து எழுந்துகொண்டார்.

"அண்டார்டிகாவின் பனிக்கட்டிகளைப் பாலைவன தேசங்களுக்குக் கடல் மார்க்கமாகக் கொண்டுவரும் செயல்திட்டத்தில் நம் நிறுவனம் பரிந்துரைக்கும் சில தொழில்நுட்ப மேம்பாடுகளைப் பற்றி இதில் விளக்கியுள்ளேன்" என்ற லின்டா, தன் இன்ஃப்ராரெட் கண்களின் வழியே எதிரே தோன்றிய மின்திரையில் காணொளியை இயக்கினாள்.

ஆபிரகாமை நோக்கிக் கைகளை மேலும்கீழும் அசைத்துக் காணொளியை லின்டா விளக்கியபோது உள்ளே பொறுத்தப்பட்டிருக்கும் டிசி மோட்டார் இயங்கும் சத்தம் மெலிதாகக் கேட்டது.

"லின்டா! ப்ரசன்டேஷன் சிறப்பாக வந்துள்ளது. ஆனால்..."

"மாற்றுக்கருத்து இருந்தால் தாராளமாகச் சொல்லுங்கள்."

"இயற்கைக்குப் புறம்பான இது போன்ற முயற்சிகள் எந்த அளவுக்குச் சாத்தியம்?"

"ஏன் நாங்கள் சாத்தியப்படவில்லையா?"

ஆபிரகாம் ஒரு நிமிடம் திகைத்து லின்டாவை உற்றுப்பார்த்தார். எதிர்பார்த்ததைப் போல் அவளது முகவோட்டத்தில் எந்த மாற்றமும் இல்லை.

“ஸாரி லின்டா! சில விஷயங்களை இயற்கையின் போக்கில் அப்படியே விட்டுவிடுவதுதான் நல்லது.”

“ஒருவேளை நானும் உங்களைப் போல் உள்ளுணர்வுப்படி யோசிக்கப் பழக்கப்பட்டிருந்தால் எனக்கும் இப்படித் தோன்றியிருக்கலாம். ஆனால், இயற்கைக்கு முரணாகவே இருந்தாலும் இது போன்ற திட்டங்களால்தான் மனித இனத்தின் இன்றைய பெருந்தேவைகளைப் பூர்த்திசெய்ய முடியும்.”

லின்டா போன்ற ஏழாம் தலைமுறை ரோபோக்களால் எப்போதுமே அகத்தில் முழு மனிதனாகிவிட முடியாது. மனிதனைப் போல் உள்ளுணர்வோ அவதானிப்போ அவற்றுக்கு என்றுமே சுயமாக இருந்ததில்லை.

ஆபிரகாமைப் பொறுத்தவரை சாராவுக்கு முந்தைய தலைமுறை ரோபோக்கள் எல்லாம் மனிதனின் செல்ல இயந்திரங்கள் மட்டுமே. என்னதான் தனக்கான உத்தரவுகளை அவை அதிவேகத்தில் நுட்பமாகச் செய்துமுடித்தாலும் அடிப்படையில் மனிதனைப் போன்ற கலையுணர்வோ, புதுப்புது சிந்தனையோட்டமோ, தன் கற்பனைகளை உயிர்ப்பாக்கும் உந்துதலோ இருந்ததில்லை என்றே நம்பினார்.

முதலாம் இரண்டாம் தலைமுறை ரோபோக்கள் முதன்முதலில் சந்தையில் அறிமுகமான புதிதிலிருந்தே ஆபிரகாமுக்கு இதே நிலைப்பாடுதான். குறிப்பிட்ட தொழிற்சாலைப் பணிகளுக்கு மட்டுமே அவை ப்ரோக்ராம் செய்யப்பட்டவை. அவற்றின் வலுவான புறத்தோற்றமோ நுட்பமான செயலாற்றலோ வியக்கவைக்கும் வேகமோ எதுவும் அவரைக் கவர்ந்ததில்லை. ‘கிளிப்பிள்ளைகள்’ எனக் கிண்டல் செய்வார்.

ஒளியின் சரிபாதி வேகத்தில் சிந்திக்கும் நான்காவது ஐந்தாவது தலைமுறை ரோபோக்கள் வந்த பின்னரும் அவரது இந்த எண்ணப்போக்கில் பெரிய மாற்றமேதும் இல்லை. ஆனால், லின்டா போன்ற ஆறாவது ஏழாவது தலைமுறை ரோபோக்களால் மனிதனைப் போல் தனித்துச் சிந்திக்கவும் செயல்படவும் முடியும்.

தன்னோடு அலுவலகத்தில் பணிபுரியும் அத்தகைய அதிநவீன மனித ரோபோக்களின் செயல்நேர்த்தியைப் பார்த்துப் பல நேரங்களில் ஆபிரகாமும் ஆச்சரியப்பட்டிருக்கிறார். இருந்தாலும், அதன் உள்ளுணர்வற்ற சிந்தனைப்போக்கு ஒருவிதத்தில் சலிப்பைத் தந்தது. அவை என்றுமே சக மனிதனோடு மெய்யான உறவை இணக்கமாக்கிக்கொள்ள முயன்றதில்லை. தன்னை இவ்வுலகின் அங்கமாக உணர்ந்ததில்லை.

ஆனால், சமீபத்திய வரவான சாரா போன்ற எட்டாவது தலைமுறை ரோபோக்களுக்கு அது சாத்தியப்பட்டிருந்தது.

"வாழ்த்துகள்! ஒரு தனித்துவமான ரோபோவைத்தான் தேர்ந்தெடுத்திருக்கிறீர்கள்!" சாராவை வாங்கிய அன்று விற்பனையாளர் சொன்னது பலநேரங்களில் சரி எனத்தான் தோன்றியது.

விரிந்த மஞ்சள் மலரின் இதழ் நுனியில் ஊசலாடிக்கொண்டிருக்கும் கடைசிச் சொட்டு மழைத்துளியைக் காட்டி, 'அருமையான காட்சி' என்று சாரா சொன்ன அன்றும் அப்படித்தான். அந்த நொடிவரை கண் எதிரே அப்படி ஒரு காட்சி நடந்தேறும் பிரக்ஞை இல்லாமலிருந்த ஆபிரகாம் சொன்னார், "இதில் என்ன இருக்கிறது? இது வெகு இயல்பான நிகழ்வுதானே. சொல்லப்போனால் எனக்கு அந்தப் பூவின் பெயர்கூடத் தெரியாது!"

"டேய்சிஸ் என்ற அந்தப் பூவைப் பற்றிய அத்தனை தகவல்களும் என்னிடம் கொட்டிக்கிடக்கின்றன. ஆனால், அந்தச் சிறு பூவைப் போலவோ மனிதர்களைப் போலவோ எனக்கென்று தனி வாசம் கிடையாதே!"

ஒரு இயந்திரத்திடமிருந்து இப்படியான பதிலை ஆபிரகாம் எதிர்ப்பார்க்கவில்லை. அவளால் ஒரு பூவின் அழகை எப்படி உளமார ரசிக்க முடிகிறது? எது அவளைத் தன் இயலாமை மீது கழிவிரக்கம்கொள்ளச் செய்கிறது?

சாராவின் கண்களைக் கூர்ந்துபார்த்தார். இயந்திரக் கண்களில் என்ன தெரிந்துவிடும்?

நினைவுகளின் இடிபாடுகளில் சிக்கி மூளை பழுதடைந்திருந்தது. நுரைபொங்கும் சூடான காப்பிக் கோப்பையோடு இருக்கையில் வந்து அமர்ந்த ஆபிரகாமின் கண்கள் மீண்டும் கைபேசியை மேம்போக்காக மேய்ந்தன.

'அறிவியல் வரலாற்றின் கறுப்பு நாள்' என்ற செய்தித் துணுக்குகளும், 'SOL-X Solar Lander பற்றிய தொழில்நுட்பத் தரவுகளும், இன்றுவரை காரணம் விளங்காத அதன் கடைசிநேரத் தோல்வியை ஆராயும் ஆய்வுக் கட்டுரைகளுமாகக் கைபேசி பரபரத்தது.

'சூரியனின் அளப்பரிய ஆற்றலின் மூலத்தை அறிய முயலும் மானிட முயற்சியில் இன்னும் பல ஆண்டுகள் பின்னுக்குத் தள்ளப்பட்டதையும், நினைத்துப்பார்க்க முடியாத பணவிரயத்தையும் தவிர 'SOL-X Mission' வேறெதுவும் செய்துவிடவில்லை. அந்த ஆய்வுக்குப் பயன்படுத்தப்பட்ட எட்டாவது தலைமுறை ரோபோக்களை மீண்டும் மறுஆய்வு செய்ய வேண்டும்' என வலியுறுத்தும் கட்டுரையை வாசித்துமுடித்ததும் பெருமூச்சுவிட்டார். சிறிதளவு சமாதானத்தையேனும் இறைஞ்சிய ஆபிரகாமின் கண்கள் மேலும் ஏமாற்றமடைந்தன.

"என்ன சர்க்கரை இல்லாத காப்பியா?" பின்னால் புன்சிரிப்போடு நிற்கும் ஜோஹனைப் பார்த்ததும் முகம் மலர்ந்தது.

"ஆமாம், அப்படியே பழகிவிட்டது" என்றுவிட்டு வெளியே பார்த்தார். மதியம் கடந்திருந்ததால் ஏர் டாக்சி போக்குவரத்து குறைந்திருந்தது.

"அப்படி என்ன யோசனை?"

"ஏதேதோ மனதுக்குள் ஓடுகிறது. எதிலும் தெளிவில்லை. எல்லாம் சாராவால்தான்."

"சாராவா?"

"அதைப் பற்றிப் பேசத்தான் காலையிலிருந்து உங்களைத் தேடுகிறேன்."

"சரி வா..."

இருவரும் தடித்த திரைச்சீலைகள் இடப்பட்டிருக்கும் சந்திப்பு அறையில் சென்று அமர்ந்தனர். தன் மேல்கோட்டைக் கழற்றி இருக்கையின் பின்பக்கம் மடிப்பு கலையாமல் விரித்துவைத்த ஜோஹன் கேட்டார், "இப்போது சொல். சாராவா? எனக்குச் சொல்லாமலேயே இரண்டாவது திருமணம் முடித்துவிட்டாயா?

“நீங்கள் வேறு. அதெல்லாம் இல்லை. ‘சாரா’ நான் சில மாதங்களுக்கு முன்பு வாங்கிய எயிட்த் ஜெனரேஷன் ஹுமனாய்ட் ரோபோ. உங்களிடம் அப்போதே சொல்லியிருக்க வேண்டும். ஏதோ தயக்கத்தில் சொல்லாமல் விட்டுவிட்டேன்.”

“ஏன் எயிட்த் ஜெனரேஷன் ரோபோ? அதன் விலை ரொம்ப அதிகமே. அதற்குப் பதிலாக குறைந்த விலையில் முந்தைய ஜெனரேஷன் ரோபோவையாவது வாங்கியிருக்கலாம்.”

“வாங்கியிருக்கலாம்தான். ஆனால், உங்களுக்குத் தெரியும்தானே. அவையெல்லாம் வரையறுக்கப்பட்ட கட்டத்துக்குள் மட்டும் இயங்குபவை. இந்த எயிட்த் ஜெனரேஷன் ரோபோக்கள் அப்படியல்ல!” நாற்காலியில் சற்று சாய்ந்து அமர்ந்துகொண்ட ஆபிரகாம் மேலும் சொன்னார்.

“புறவழிச் சாலையில் இருக்கும் ‘ரோபோட்னிக்’ நிறுவனத்திற்கு அடுத்துள்ள ட்ராஃபிக் சிக்னலில் காத்திருக்கும் நேரம், சாலையின் குறுக்கே சில விநாடிகள் தோன்றி மறையும் மின்திரையில்தான் எயிட்த் ஜெனரேஷன் ரோபோவின் விளம்பரத்தை முதன்முதலில் பார்த்தேன்.

கடற்கரை மணல்திட்டில் விளையாடும் சிறுமி, பிரிவுக்கு வருந்தி கட்டியணைத்துத் தழுவும் தம்பதி, தனியாய் விடப்பட்டு அழும் குழந்தை, நட்சத்திரங்கள் நிறைந்த வானம், ஆளரவமற்ற குகையின் நடுவில் விழும் சூரிய ஒளி என ஒவ்வொன்றாய்க் காட்டிவிட்டு, இவை எல்லாவற்றையும் தூரத்தில் ஒரு மனித ரோபோ தீவிரமாக நோக்குவதோடு விளம்பரம் முடியும். பின் அதைத் தொடர்ந்து ‘எட்டாவது தலைமுறை ரோபோ மனித இனத்தின் அடுத்தகட்ட பரிணாம வளர்ச்சி.’ என்று ஒரு பெண் சொல்லி மறைவாள்.

என் இத்தனை வருடத் தேடலுக்கும் காத்திருப்புக்குமான பதில் இந்தப் புது வகை ரோபோவாக இருக்கலாம் எனத் தோன்றியது.

நானும் சில வருடங்கள் முன்பு மூன்றாம் ஜெனரேஷன் ரோபோ ஒன்று வைத்திருந்தேன், என் அன்றாடத் தேவைகளுக்காகவும் வீட்டின் பராமரிப்புக்காகவும். உறுதியான ஹைட்ராலிக் ஆக்சுவேட்டர்கள் கொண்டு இயங்கக்கூடியது. முழு விட்டத்துக்கும் அதனால் கைகளைச் சுழற்றவும் வளைக்கவும் முடியும். கொடுத்த வேலையை வேகமாய்ச் செய்துமுடிக்கும் அதன் இயந்திரத்தன்மை, வாங்கிய புதிதில் எனக்குப்

பிடிக்கத்தான் செய்தது. ஆனால், நாட்கள் செல்லச்செல்ல அதே இயந்திரத்தன்மையே என்னைச் சலிப்படையவைத்தது. வாங்கிய கொஞ்ச நாட்களிலேயே விற்றுவிட்டேன். அதற்குப் பிறகு எந்த ரோபோ மீதும் எனக்கு நாட்டம் இருந்ததில்லை.

ஆனால், இந்த எயிட்த் ஜெனரேஷன் ரோபோக்களை ராணுவ அதிகாரிகள், மேல்தட்டு அரசு நிர்வாகிகள் இல்லை நம்மைப் போல் ஆராய்ச்சி நிறுவனங்களில் உயர்பதவி வகிப்பவர்கள் மட்டுமே வாங்க முடியும் என்று அரசு விதித்திருந்த கட்டுப்பாடு என் ஆர்வத்தை மேலும் தூண்டியது. ஆனால், அப்போதுகூட நான் அதை வாங்கும் மனநிலைக்குச் செல்லவில்லை. உங்களுக்கு '*SOL-X Mission*' ஞாபகம் இருக்கிறதா?"

"அதெப்படி மறக்க முடியும்? இரண்டு ஆண்டுகளுக்கு முன் வெற்றியின் விளிம்பிலிருந்து தோல்வியடைந்த ப்ராஜெக்ட்தானே. இன்றுகூட எங்கே திரும்பினாலும் அதைப் பற்றித்தான் பேச்சு."

"ஆமாம்! அதில்கூட 'பனுக்' நிறுவனத்தின் எயிட்த் ஜெனரேஷன் ரோபோவைத்தான் பயன்படுத்தியிருந்தார்கள்."

"சூரிய ஆற்றலின் மையக்கருவைக் கண்டடையும் முனைப்பில் அரசும் சலிக்காமல் *Solar Lander*-ஐ ஐந்தாண்டுகளுக்கு ஒரு முறையாவது அனுப்புகிறது. ஆனால், சூரியன் என்பது எத்தனை பெரிய ஆற்றல்! அதன் ஒளி ஊற்றின் காரணப் புள்ளியை ஆராய்வது என்றால் சாதாரண விஷயமா?"

"உண்மைதான். சூரியக் காற்றின் வெப்பக்கதிரையும் அடர்த்தியான மின்காந்த அலைகளையும் கடந்து உள்வட்டத்துக்குள் நுழைந்ததுமே ஒவ்வொரு முறையும் ஏதோவொரு தொழில்நுட்பக் கோளாறு ஏற்பட்டு விண்கலம் பழுதடைந்துவிடுகிறது.

ஆனால், '*SOL-X*' கிட்டத்தட்ட ஒளியின் வேகத்தில் பயணிக்கக்கூடியது. சூரிய வெப்பத்தை இருமடங்கு தாங்கக்கூடிய வெப்பக் கவசம். அதிநவீனத் தொழில்நுட்பம். எடையும் மிகக் குறைவு. இந்த முறை விண்கலத்தை இயக்குவது புதிய எயிட்த் ஜெனரேஷன் ரோபோ வேறு என்பதால் எல்லோரையும் போலவே எனக்கும் நம்பிக்கை இருந்தது.

இதற்கு முன் அனுப்பிய எந்தவொரு விண்கலமும் '*SOL-X*' போல் சூரியனின் உட்பரப்பிற்கு அத்தனை நெருக்கத்தில்

சென்றதில்லை. இன்னும் சில மைல் தூரம்தான் என்று எதிர்பார்த்திருந்த நிலையில் ஏனோ விண்கலம் தன் பாதையை விட்டு விலகிவிட்டது. கடற்கரை வெண் மணல்திட்டில் பாறைக் குவியலைப் போல் உடைந்து சிதறியிருந்த *'SOL-X'* விண்கல பாகங்களைத் தொலைக்காட்சியில் பார்த்தபோது என்னாலும் நம்ப முடியவில்லை."

"ஒரேயொரு சூரியன் மட்டுமே இருப்பதால் இதுதான் பிரச்சினை. பத்து சூரியன்களும் இப்போது இருந்திருந்தால் ஏதோ ஒன்றிலாவது விண்கலத்தைத் தரையிறக்கியிருக்கலாம்!" என்ற ஜோஹனின் கண்களில் தெரிந்த கள்ளப்புன்னகையைப் பார்த்து ஆபிரகாம் ஆச்சரியத்தோடு கேட்டார், "பத்து சூரியன்களா?"

"ஆமாம்! அப்போது மொத்தம் பத்து சூரியன்கள். வெவ்வேறு உருவளவில்... வெவ்வேறு நிறங்களில்... பிரத்யேக ஒளிப்பிரவாகம். ஆனால், அவை ஒரே சமயத்தில் வானில் தோன்றக் கூடாது என்பது இறைவனின் கட்டளை. ஆனால், படைத்தவனின் ஆணையை மீறி ஒருசமயம் அவை நேர்க்கோட்டில் ஒன்றாய்த் தோன்றின. இறைவன் எச்சரித்தும் விலகவில்லை.

தன் கட்டளையை மதிக்காத அத்தனை சூரியன்களையும் கொன்று வீழ்த்தும்படி கடவுள் பூலோகச் சக்கரவர்த்தியின் மகளுக்கு உத்தரவிட்டார். இளவரசி கடவுளால் ஆசிர்வதிக்கப்பட்டவள். தேர்ந்த வில் வித்தைக்காரி. கன்னித்தன்மையைத் தவமாய்க் கடைப்பிடிப்பவள். அதன் பலனால் 'உன் கன்னித்தன்மையை இழக்காமலேயே எண்ணில் அடங்கா குழந்தைகளைப் பெற்றெடுப்பாய்' என வரம் வாய்க்கப்பெற்றவள்.

இளவரசியும் பத்து சூரியன்களிடமும் தனித்தனியாக மன்றாடிப்பார்த்தாள். அப்படியும் அவை கேட்க மறுக்கவும் இறைவனின் கட்டளைப்படி ஒவ்வொரு சூரியனாகப் பாணம் விட்டு வீழ்த்தினாள். நடுவில் இருக்கும் ஒரேயொரு சூரியனைத் தவிர. அதுதான் இருப்பதிலேயே பிரம்மாண்டமானது. இப்போது நாம் பார்ப்பது இளவரசி வீழ்த்தாத அந்தச் சூரியனைத்தான்!" என்ற ஜோஹன், "ஸாரி, நீ சொல்! எயிட்த் ஜெனரேஷன் ரோபோவை வாங்க எப்போது முடிவெடுத்தாய்?"

அறையின் ஏசி அளவைக் குறைத்த ஆபிரகாம், “*SOL-X Mission* கண்ட எதிர்பாராத தோல்வியைவிட அதன் பின்னால் உள்ள மர்மம்தான் அனைவரையும் இன்றுவரை அலைக்கழிக்கிறது.

விண்கலத்தில் எந்தத் திடீர்க் கோளாறும் பதிவாகவில்லை என்றதும் அதை இயக்கிய ரோபோவின் செயல்திறன் கேள்விக்கு உட்படுத்தப்பட்டது. அதை மறுஆய்வு செய்தார்கள். ஆனால், பலனில்லை. இருந்தும், *SOL-X* தோல்விக்கும் இவ்வளவு பண நட்டத்திற்கும் அந்த ரோபோவும் அதை உருவாக்கிய பனுக் நிறுவனமும்தான் காரணம் என்ற சிந்தனைப்போக்கும் வெறுப்பும் பொதுவெளியில் மிகத் தீவிரமாகப் பரவவும், பனுக் நிறுவனத்தின் எயிட்த் ஜெனரேஷன் ரோபோக்களின் விற்பனையைத் தற்காலிகமாக அரசு தடைசெய்தது.

ஆனால், அந்த ரோபோவின் தவறான இயக்கம்தான் *SOL-X Mission* தோல்விக்குக் காரணம் என்று தொழில்நுட்பரீதியாக இன்றுவரை நிரூபிக்க முடியவில்லை. வேறு வழியின்றி பனுக் நிறுவன ரோபோக்களை மீண்டும் பொது விற்பனைக்கு சமீபத்தில் அரசு அனுமதித்தது.

‘*SOL-X Mission*’-இல் நேரடியாகவும் மறைமுகமாகவும் பயன்படுத்தப்பட்ட தன்னுடைய நிறுவன ரோபோக்களை அரசிடம் முறையாக அனுமதி பெற்றுக் கையகப்படுத்திய பனுக் நிறுவனம், அவற்றைச் சீரமைத்து மீண்டும் சந்தைக்குக் கொண்டுவந்திருந்தது. அதுவும் மிகக் குறைந்த எண்ணிக்கையில்.

இந்தச் சமயத்தில்தான் நான் பனுக் நிறுவனத்தின் எயிட்த் ஜெனரேஷன் ரோபோவை வாங்குவது என முடிவெடுத்தேன். அதன் தொழில்நுட்ப அம்சங்களையும் மற்ற விவரங்களையும் இணையத்தில் தேடிப் படித்தேன். பங்குச்சந்தையில் பல வருடங்கள் முன்பு ஒரு ஆட்டோமேஷன் நிறுவனத்தில் முதலீடு செய்திருந்த பணத்தையும் கையிருப்பையும் சேர்த்து என் தேவைக்கான பணத்தைப் புரட்டி ‘ரோபோட்னிக்’ நிறுவனத்துக்குச் சென்றேன்.

என் ரெட்டினாவை ஸ்கேன் செய்து என் அடையாள எண்ணை விருந்தினர் பதிவேட்டில் ஏற்றிக்கொண்ட பெண்ரோபோ செயற்கைப் புன்னகையுடன் வரவேற்றது.

“குட் மார்னிங் மிஸ்டர் ஆபிரகாம்.”

“குட் மார்னிங்.”

"உங்களது சமீபகால இணையத் தேடல்களை வைத்துப் பார்க்கும்போது நீங்கள் எயிட்த் ஜெனரேஷன் ரோபோவை, அதிலும் குறிப்பாக 'பனுக்' நிறுவன ரோபோவை வாங்க விரும்புவதாகத் தெரிகிறது. அதன் சிறப்பு அம்சங்களை இன்று காலையில்கூட எங்கள் வெப்சைட்டில் வாசித்திருக்கிறீர்கள். அதனால், அவற்றின் தொழில்நுட்பத் தகவல்களை உங்களுக்கு இப்போது விளக்க வேண்டியிருக்காது என நம்புகிறேன்."

என்னுடைய சமீபத்திய இணையத் தேடல்களைப் பற்றி அந்த ரோபோ விரிவாக அறிந்திருந்ததில் எனக்கு ஆச்சரியம் ஒன்றும் இருக்கவில்லை. உடலை மறைப்பதைப் போல் நம் தகவல்களையும் மறைத்து வாழ நினைப்பதே பேராசைதான்.

நான் வெறுமனே, "ஆமாம்! எயிட்த் ஜெனரேஷன் ரோபோ வாங்கும் உத்தேசம்தான்" என்றேன்

"மிக்க மகிழ்ச்சி. 'பனுக்' நிறுவன ரோபோக்களின் முதன்மை டீலர் நாங்கள்தான் என்றபடியால் மொத்தம் இரண்டாண்டுகள் உத்தரவாதம் போக மேலும் ஒரு ஆண்டு இலவச சேவையும் கூடுதலாகத் தருவோம். சொல்லுங்கள், எப்போது வாங்கலாம்?"

என் மனவோட்டம் கொஞ்சமும் கரைபுரள இடம் கொடுக்காத மிகக் கச்சிதமான வியாபாரப் பேச்சு. ஆனால், உரையாடலை ஒரு ரோபோ எவ்வளவு நேர்த்தியாகக் கொண்டுபோனாலும் மனிதன் இயல்பிலே ஒரு குரங்குதானே! அதுவரை எனக்கு ஒதுக்கப்படும் ரோபோவை மட்டும் சோதித்துப்பார்த்து வாங்கினால் போதும் என்று நினைத்திருந்த நான் அந்த நொடியில் ஒரு குரங்குத்தாவல் தாவினேன்.

"இங்குள்ள எயிட்த் ஜெனரேஷன் ரோபோக்களை ஒவ்வொன்றாய்ச் சோதித்துப்பார்த்து எனக்குப் பிடித்த ஒன்றை நானே தேர்ந்தெடுக்க விரும்புகிறேன்" என்று சொன்னேன்.

இருக்கையில் ஒருபக்கமாக உடலைக் குறுக்கி அமர்ந்திருந்த ஜோஹன் சட்டென நிமர்ந்து உட்கார்ந்து கேட்டார்.

"எதற்கு இப்படி ஒவ்வொன்றாகச் சோதித்துப்பார்த்து வாங்க வேண்டும்? ஒரே நிறுவன ரோபோக்களின் புரிதலும் செயல்திறனும் வெளியுலகின் புழக்கத்திற்கு வரும்வரை ஒன்றுபோல்தானே இருக்கும். எல்லாவற்றையும் இயக்குவது ஒரே அல்காரிதம்தான் என்பதால் எப்படி நீ எதிர்பார்க்கும் தனித்துவம் இருக்கும்?"

“இருக்க வேண்டும் என்பது என் ஆசை. குறிப்பாக, எயிட்த் ஜெனரேஷன் ரோபோக்களில். என் எதிர்பார்ப்பும் பொய்க்கவில்லை.

என் முடிவைக் கேட்டு உங்களைப் போலவே அந்த ரோபோவுக்கும் ஆச்சரியம். பேசித் தேர்ந்தெடுக்கும் முறையைப் பற்றி நான் இணையத்தில் எதுவும் தேடவில்லையே என்ற குழப்பம். ஆனால், அதை வெளிக்காட்டிக்கொள்ளாமல் இயல்பாகப் பேசியது.

“முன்கூட்டியே ஒவ்வொன்றாகச் சோதித்துப்பார்த்து வாங்கும் வழக்கம் பொதுவாக எங்கள் நிறுவனத்தில் இல்லை. தயாரிப்பு எண்களின் வரிசையில்தான் ரோபோக்கள் விற்கப்படும். முன்பணம் செலுத்தி உங்கள் குடியுரிமை எண்ணில் ரோபோ ஒதுக்கப்பட்டவுடன் அதை இலவசமாகச் சோதித்துப்பார்த்து வாங்கிக்கொள்ளலாம்.”

நான் அதற்கு சம்மதிக்கவில்லை.

“நீங்கள் அழுத்தமாகக் கேட்பதால் ஏற்பாடு செய்கிறேன். ஆனால், தனியாக இதற்கு ஒரு சதவீதம் சேவைவரி விதிக்கப்படும்” என்றது.

ஒரே நேரத்தில் இருவர் மட்டுமே அந்த அறைக்குள் செல்ல முடியும். இடதுபக்கம் வரிசையாக ரோபோக்கள் பார்வைக்கு இருந்தன. மொத்தம் பத்துப் பன்னிரண்டு இருக்கும். எல்லாமுமே பனுக் நிறுவனத்தின் தனித்தோற்றத்தில். உதிரிஉதிரியாய் வெள்ளைக் கேசத்தோடு பிங்க்நிற மேல்சட்டையும் கறுப்புநிற ஸ்கர்ட்டும் அணிந்தபடி. பாரப்பதற்கு ஒரே மாதிரியாக. எனக்குப் பிரத்யேகமான ஒரு ஹெட்செட்டைக் கொடுத்தார்கள். என்னுடனான ஒவ்வொரு ரோபோக்களின் தனிப்பட்ட உரையாடலைச் சிதறவிடாமல் கேட்பதற்கு.

கறுப்பு வெள்ளைப் பளிங்குத் தரைக்கு ஏற்பவே அறையின் மின்விளக்கு வெளிச்சமும் இருந்தது. ஒவ்வொரு ரோபோவாக நான் உரையாடிக் கடக்கும்போதும் அதன் குறிப்பிட்ட மின்விளக்கு மட்டும் எரிந்து அந்த இடம் வெள்ளைச் சதுரமாகப் பிரகாசிக்கும். அதைத் தவிர்த்த மற்ற இடங்கள் இருண்டு தெரியும். ஒருநேரத்தில் ஒரு ரோபோ மட்டுமே என்னோடு உரையாட மற்றவை தன் முறைக்காகக் காத்திருந்தன.

'வணக்கம் மிஸ்டர் ஆபிரகாம், இன்றைய பொழுது இனிமையாக அமையட்டும். 'பனுக்' நிறுவன ரோபோக்களின் சார்பாக உங்களைச் சந்திப்பதில் மகிழ்ச்சி. மனிதனின் அடுத்தகட்ட அறிவியல் தேடலுக்கு உங்களை வரவேற்கிறேன்.'

இதே போன்ற பொதுவான உரையாடல்களைத்தான் முதலில் அவற்றிடம் எதிர்பார்த்தேன். ஆனால், அது தவறு என்று அடுத்த சில விநாடிகளிலேயே புரிந்தது.

வேலைக்காக ஒரு நிறுவனத்தின் இன்டர்வியூவுக்குச் செல்கிறோம். அங்கு நம்மைப் போலவே பலர் வேலை தேடி வந்திருக்கின்றனர் என வைத்துக்கொள்வோம். அந்தச் சமயத்தில் நாம் என்ன செய்வோமோ அதையேதான் ரோபோக்களும் செய்தன. ஒன்றைவிட மற்றொன்று தன்னை மேலானதாகக் காட்டிக்கொள்ள முயன்றன. ஒன்றுக்கொன்று போட்டிப்போட்டு தன்னை மனிதச்சந்தையில் விற்க முயன்றன. இந்த மனப்போக்கை முந்தைய தலைமுறை ரோபோக்களிடம் எதிர்பார்க்க முடியாது.

ஒவ்வொன்றும் என் கவனத்தை ஈர்க்க, தன்னை வாங்கும்பட்சத்தில் எந்த விதத்தில் எனக்கு லாபகரமாக அமையும் எனத் தன்னை விற்க முயன்றுகொண்டிருந்த வேளையில்தான் அது நடந்தது.

நான் அந்த ரோபோவைக் கடந்துபோகையில் நீண்ட நெடிய மௌனம் மட்டுமே. ஒருவேளை பேட்டரி குறைவோ எனப் பார்த்தேன். போதிய சார்ஜ் இருப்பதாகக் காட்டும் பச்சை எல்.ஈ.டி. பிரகாசமாக எரிந்துகொண்டிருந்தது. ஆனால், அந்த ரோபா எதுவும் பேசவில்லை. நானும் நகரவில்லை. மௌனப் பெருவெளியில் இருவரும் மிதந்துகொண்டிருப்பதாகத் தோன்றிற்று. சில சந்தர்ப்பங்களில் வார்த்தைகளின் எடையைவிட மௌனம் பாரமானது.

இதே போன்ற அமைதியான ஒரு சூழலில்தான் நானும் என் மனைவியும் வீட்டு முற்றத்தில் வட்டமேசையில் எதிரெதிரே அமர்ந்திருந்தோம். இருபது வருடங்களுக்கு மேல் இருக்கும். நாற்காலியின் நிறத்தையொத்த வெள்ளைநிறக் காப்பிக் கோப்பைகள் எங்கள் கைகளில் இருந்தன. இருவரும் எதுவும் பேசிக்கொள்ளவில்லை. எங்கள் பார்வை படும் தொலைவில் வளர்ப்புநாயோடு மகன் இஸ்மவேல் விளையாடிக்கொண்டிருந்தான்.

அந்த நாட்களின் பல பொழுதுகள் அப்படித்தான் கழிந்தன. திருமணத்திற்குப் பின் அடிக்கடி வெடித்த சிறுசிறு சண்டைகளின் விஸ்வரூப மௌனத்தில்தான் ஒரே வீட்டில் இருவரும் இருவேறு அறைகளில் மிகுந்த நாட்களைக் கழித்தோம்.

நிறம் மாறிக்கொண்டிருக்கும் வானத்தை அண்ணாந்து பார்த்தபடி அவள் தன் முகத்தில் விழும் கேசத்தைச் சரிசெய்து கொண்டிருந்தாள். நான் தொலைவில் தெரிந்த ஓக் மரத்தைப் பார்த்துக்கொண்டிருந்தேன். முடிவற்ற நீண்ட மௌனத்தை உடைத்தபடி தன் காலியான பீங்கான் காப்பிக் கோப்பையை மேசையில் வைத்துவிட்டு, பாதி நிரப்பப்பட்ட வெள்ளைக் காகிதத்தை நீட்டினாள். அவள் ஏதும் சொல்லவில்லை. ஆனால், செய்ய வேண்டியது என்ன என்பதை நான் கையொப்பம் இட வேண்டிய காலியிடம் சொல்லியது. மேற்புறம் கறுப்பும் கீழ்ப்புறம் வெள்ளிநிறத்தில் மினுங்கும் பேனா ஒன்றை மேசையில் வைத்துவிட்டு என்னைப் பார்த்தாள். விவாகரத்துப் பத்திரத்தைக் கையிலெடுத்துப் பார்த்தேன். அதேநேரம், தூரத்தில் விளையாடிக்கொண்டிருக்கும் மகனின் மேல் எங்கள் இருவரின் பார்வையும் ஒருசேர விழுந்ததை நாங்கள் உணர்ந்தோம். அடுத்த சில நொடிகளில் நான் கையெழுத்திட்டேன்.

அத்தனை வருடங்ளுக்குப் பின் மீண்டும் அதே போன்றதொரு மௌனத்தைதான் அந்தப் பெண்ரோபோ நினைவுபடுத்தியது. நிலைகுத்தி நின்ற என் விழிகளை நோக்கி, “உங்கள் கண்களில் தெரியும் தீராத தனிமையையும் வெறுமையையும் என்னால் முடிந்தவரை நிரப்ப முயல்வேன்” என்றது.

அவ்வளவுதான், வரிசையில் அடுத்திருக்கும் ரோபோக்களை நோக்கி நான் அடியெடுத்துவைக்கவில்லை. அது தேவையுமில்லை என முடிவெடுத்து அந்த ரோபோவையே வாங்குவதாக மேலாளரிடம் சொன்னேன்.

“வாழ்த்துகள்! ஒரு தனித்துவமான ரோபோவைத்தான் தேர்ந்தெடுத்திருக்கிறீர்கள். நீங்கள் வாங்கப்போவது *‘SOL-X’* விண்கலத்தில் சூரியனுக்கு மிக அருகில் பறந்த ரோபோவை! மறுஆய்வு செய்து சீரமைத்துள்ளோம். ஆனால், கவலை வேண்டாம். இந்தத் தகவல்கள் எதுவும் வெளியே கசியாமல் பாதுகாக்கப்படும்” என்றது

"அந்த ராசியில்லாத ரோபோவா?" ஜோஹன் ஆர்வமிகுதியில் அப்படிக் கேட்டதும் சுனங்கிப்போன ஆபிரகாமின் முகப்போக்கைப் பார்த்து சற்றுச் சுதாரித்துக்கொண்டு, "அறிவியலுக்கும் ராசிக்கும் எந்தச் சம்பந்தமும் இல்லைதான். ஆனால், வெளியுலகின் பார்வையில் அப்படித் தெரியும்தானே" என்று சுயசமாதானத்தோடு ஆபிரகாமின் கண்களைப் பார்த்தார்.

"எனக்கு அப்படித் தோன்றவில்லை. மகிழ்ச்சியும் ஆர்வமும் கலந்த பெருமிதத்தோடு உடனே சம்மதித்தேன். என் குடியுரிமை எண்ணோடு அந்த ரோபோவின் உற்பத்தி எண்ணை இணைக்க உடனே முன்பணமும் செலுத்தினேன்.

நான் வாங்கவிருக்கும் ரோபோவின் உரிமைப் பத்திரத்தில் கையெழுத்திட அன்று எனக்கு அவர்கள் நீட்டிய பேனாகூட மேற்பாதி கறுப்பு நிறத்திலும் கீழ்ப்பாதி வெள்ளி நிறத்திலும்தான் இருந்தது."

"உங்கள் ரோபோவுக்கு ஏதேனும் பிரத்யேக உருவம் தேவையா? இல்லை, பனுக் நிறுவனத்தின் பொதுவான முகத்தோற்றம் போதுமா?" என்று மேலாளர் கேட்டதும் என் டிஜிட்டல் சேமிப்பில் இருக்கும் கடந்தகாலப் புகைப்படங்களை அலசினேன். சட்டென என் முதல் காதலியின் வட்டமுகம் நினைவுவந்தது. எந்தத் தருணத்திலும் அவள் சிரித்தபடியே இருப்பாள். ஏதோ விளையாட்டாகச் சேர்ந்து விளையாட்டாகவே பிரிந்தும் விட்டோம். அந்த வயது அப்படி.

கல்லூரி நாட்களில் அவளோடு கொரிய உணவகம் ஒன்றில் எடுத்திருந்த மனதுக்கு நெருக்கமான புகைப்படம் ஒன்றைத் தேடி எடுத்தேன். கறுப்புநிற டிஷர்ட்டும் சாம்பல்நிற ஸ்கர்ட்டும் அணிந்திருந்தாள். அவளுக்கு ரொம்பவும் பிடித்த 'ஜாப்ச்சே' நூடுல்ஸை நீண்ட குச்சிகளில் இருவரும் ஒன்றாகச் சாப்பிடும் புகைப்படம் அது. உணவைப் பரிமாறிய ரோபோவும் அந்தப் புகைப்படத்தில் உண்டு. நான்குச் சக்கரங்கள் கொண்ட பெட்டியில் அதன் மேற்பகுதி பொருத்தப்பட்டிருந்தது. 'எல்' வடிவில் இருக்கும் நீண்ட இரு உலோகக் கைகளில் ஒயின் கிளாசை ஏந்தியபடி எங்களோடு சேர்ந்து புன்னகைக்கும் புகைப்படம்.

நினைவுகளைப் பற்றியபடிதானே எல்லோரும் நிஜத்தில் வாழ்கிறோம். அந்தப் புகைப்படத்தில் இருக்கும் என்

கல்லூரிக் காதலியைக் காட்டி அவளையே உருவமாதிரியாக வைத்துக்கொள்ளும்படி சொன்னேன். ஐம்பது வயதிலும் எனக்குள் ஒரு இளைஞனின் ஆசை இருந்ததுதான் வேடிக்கையே.”

“இதில் என்ன இருக்கிறது? எல்லோருக்கும் இப்படித் தோன்றுவது இயல்புதானே. உங்கள் இடத்தில் நான் இருந்திருந்தால் எந்தக் காதலியின் புகைப்படத்தைக் கொடுப்பது என்றுதான் குழம்பியிருப்பேன்” என்ற ஜோஹன் மேசையில் ஓங்கித் தட்டிச் சிரித்தார். பிறகு, நினைவு வந்தவராய் அறையின் திரைச்சீலைகளை விலக்கிப்பார்த்தார்.

தடிமனான மின்காப்பிடப்பட்ட மின்சாரக் கம்பிகளைத் தன் இடுப்புப் பகுதியில் சொருகியபடி சிறிதும் பரபரப்பு குறையாமல் ரோபோக்கள் வேலைபார்த்துக்கொண்டிருந்தன. சார்ஜிங் எல்.ஈ.டி. கழுத்துக்குப் பின்புறம் பச்சையில் பளிச்சிட்டது. திரைச்சீலைகளை மீண்டும் இழுத்துவிட்டு ஜோஹன் சமிக்ஞை செய்யவும், ஆபிரகாம் தொடர்ந்தார்.

“சாராவைக் கூட்டிவர ரோபோட்னிக் நிறுவனத்துக்கு இரண்டு நாட்கள் கழித்து மாலைநேரம் சென்றிருந்தேன். வருடக்கணக்காய் நினைவுகளில் புதைந்திருந்த உருவம் நேரில் நின்றால் எப்படி இருக்கும்? முதன்முதலில் அவளைப் பார்த்த நொடியை என்னால் எளிதில் கடக்க முடியவில்லை.

அவளின் புறத்தோற்றமும் ஆடை நேர்த்தியும் அச்சுஅசலாய் ஒரு பெண்ணைப் போல். மற்ற ரோபோக்களைப் போல் இல்லாமல், உலோக உடல் அமைப்போ சிலிக்கான் தோலோ உள்ளே பொருத்தப்பட்டிருக்கும் மின்னணு சாதனங்களோ கொஞ்சமும் வெளியே துருத்தலாய்த் தெரியவில்லை. பேச்சிலும் அங்க அசைவிலும் முகவோட்டத்திலும் இயந்திரத்தனத்தின் சிறு சுவடும் கிடையாது.

இனம்புரியாத உணர்வில் நின்றுகொண்டிருக்கும் என்னிடம் “சாரா” என்று தன்னை அறிமுகப்படுத்திக்கொண்டாள்.

‘பனுக்’ நிறுவனத்தின் எயிட்த் ஜெனரேஷன் ரோபோக்களைக் கட்டமைத்த, உயர்மட்ட தொழில்நுட்பக் குழுவின் ஒரே பெண்மணியான சாராவின் பெயரையே தான் விரும்பி வைத்துள்ளதாகச் சொன்னாள்.

என் வீட்டின் எல்லா அறைகளையும் அவளுக்குச் சுற்றிக்காட்டினேன். ஆனால், அதில் பெரிதாய் அவள் ஆர்வம் காட்டவில்லை. எங்கள் குடியிருப்பின் சொற்ப மக்களுக்காகவே அருகே பூங்கா ஒன்றிருந்தது.

பூங்காவின் திறந்த வானத்தையும் இளஞ்சிவப்பு மர இலைகளையும் பலவித மனிதர்களையும் தன்னைவிடத் தொழில்நுட்பத்தில் பிந்தைய ரோபோக்களையும் கல்பெஞ்சில் என்னருகில் அமர்ந்தபடி வேடிக்கை பார்த்தாள். நானும் அன்றுதான் பூங்காவிற்கு முதல்முறை வந்தவன் மாதிரி எல்லாவற்றையும் அவளோடு பார்வையிட்டேன்.

அடுத்த நாள் காலையும் என்னுடன் பூங்கா வந்தாள். என்னோடு கூடவே நடைப்பயிற்சியும் செய்தாள். பின் அதுவே வழக்கமாகிப்போனது.

“ரோபோவுக்கு எதற்கு நடைப்பயிற்சி!” ஜோஹன் புருவங்கள் உயரக் கேட்டார்.

“நானும் இதே கேள்வியை அவளிடம் கேட்டேன். அதற்கு அவள் சொன்ன பதில்தான் சாராவைப் பற்றி எனக்கிருந்த அடிப்படை எண்ணத்தை மாற்றியது. காய்ந்த இலைச் சருகுகளில் அழுத்தமாய்க் கால்பதித்து நடக்கும் உணர்வு பிடித்திருக்கிறது” என்றாள்.

“என்ன?”

“உங்களைப் போல் எனக்கும் ஆச்சரியம்தான். நிச்சயம் ஒரு ரோபோவிடம் இந்தப் பதிலை நான் எதிர்பார்க்கவில்லை.

அந்நேரம் நடைபயிற்சிக்கு வந்திருந்த முதியவர் ஒருவர் எங்களை இடைமறித்து “ரோபோ உணர்ந்துகொள்வதால் மட்டும் என்ன ஆகிவிடும்? என்ன இருந்தாலும் உங்களின் ஆயுட்காலம் உங்களைவிட மேலான அடுத்த கண்டுபிடிப்பு வரும்வரைதான். நாளைக்கே உன்னைவிட சிறந்த அடுத்தகட்ட தொழில்நுட்ப ரோபோ வந்துவிட்டால் இவரே உன்னை விற்றுவிட்டு அதை வாங்கிக்கொள்வார். நீங்களெல்லாம் மனித ஆறறிவு ஆணவத்தின் சிறுநொடிச் சிரிப்புதான்” என்று சொல்லிவிட்டுத் தன் வட்டத்தொப்பியைச் சரிசெய்துகொண்டு எழுந்துபோனார்.

அவரையே சில விநாடிகள் கவனித்தபடி இருந்தேன். வழியில் பார்க்கும் ஒவ்வொரு மனித ரோபோக்களிடமும் இதைப் போன்ற ஏதோவொன்றைச் சொல்லிக்கொண்டே போனார்.”

“நிச்சயம் அவர் அப்படிப் பேசியது சாராவை ரொம்பவே பாதித்திருக்கும்.”

“ஆமாம் ஜோஹன்! உண்மைதான். ஆனால், நான் எதிர்பார்த்ததைப் போல் சாரா அப்போது கோபப்படவோ வருத்தப்படவோ இல்லை. அவள் சலனமற்று நிதானமாக இருந்ததில் எனக்கே ஆச்சரியம்தான். ஆனால், இந்த நிகழ்வை அத்தனை எளிதில் அவள் கடந்துபோகவில்லை என்பதை பின்னால் வேறொரு சந்தர்ப்பத்தில்தான் தெரிந்துகொண்டேன்.”

அன்று செயற்கை மழைக்கான மேகவிதைப்பு திட்டமிடப்பட்டுள்ளதாக அரசு முன்னரே அறிவித்திருந்தது. காலையிலிருந்தே சாராவும் பலமுறை நினைவூட்டியிருந்தாள். இருந்தும், மழையில் நனைந்திருந்தேன். அதைப் பெரிதாய்ப் பொருட்படுத்தும் நிதானத்தில் நான் அன்று இல்லை. மன உளைச்சலில் நிறையவே மது அருந்தியிருந்தேன்.

அன்று என் மகனின் கல்லூரிப் பட்டமளிப்பு விழா. தந்தை என்ற முறையில்கூட இதைப் பற்றி என்னிடம் எதுவும் சொல்லவில்லை. சமூக ஊடகத்தில் முன்பின் பழக்கமில்லாத சிலரின் பதிவுகள் மூலமாகத்தான் தெரிந்துகொண்டேன். முறிந்துகொண்டேபோகும் எனக்கும் மகனுக்குமான உறவு முற்றிலும் உடைந்துவிட்டதாகத் தோன்றியது. விவாகரத்துக்குப் பின்பான பல சம்பவங்கள் இப்படித்தான். இனம்புரியாத கோபம் ஆற்றாமையாய்ப் பொங்கிவழிய பல நாட்களுக்குப் பின் மது அருந்தியிருந்தேன்.

அகமும் புறமும் ஈரம் சொட்டச்சொட்ட தள்ளாடியபடி வீட்டுக்கு வந்தபோது, ஹாலில் அமர்ந்திருந்தாள் சாரா. என் தலைமுடியை உலரவைக்க ஹேர் ட்ரையரை அவள் எடுக்கச்சென்றபோது, குளிர்சாதனப் பெட்டியிலிருந்து மேலும் ஒரு பியரை எடுத்துக் குடித்தேன். சாரா நிதானமாக எனக்கான உணவை மேசையில் பரப்பிவைத்தபடி என் தவிப்புக்கான காரணத்தைக் கேட்டுத் தெரிந்துகொண்டாள். எல்லாம் அதனதன் போக்கில் இயல்பாக நடந்தன.

"மனிதன் ஒரு விசித்திரமான சமூகப்பிராணி. குழுவாய் இருக்கும்போது தனிமையை விரும்புவான். தனித்து விடப்பட்டதும் துணைக்காக ஏங்குவான். இதே போன்ற நேரங்களில்தான் மனிதனாய் இருப்பதைவிட ரோபோவாய் இருப்பது மிக உன்னதமாகத் தோன்றுகிறது." போதை மிகுதியிலும் அன்றைய மன உளைச்சலிலும் அப்படிப் பேசினேன்.

பதில் ஏதும் சொல்லாமல் தன்னுடைய இன்ஃப்ராரெட் கண்களின் வழியே சிவப்புத் திரையை என் முன் உருவாக்கினாள்.

அவளது டிஜிட்டல் சேமிப்பிலிருந்து என் வாழ்வின் முந்தைய மகிழ்ச்சியான தருணங்களின் புகைப்படங்களையும் காணொளிகளையும் அலையலையாய் என் முன் ஓடச்செய்தாள். நானும் என் மனைவியும் சிறுவயது மகனும் ஒன்றாய் மகிழ்ந்திருந்த நாட்கள் அவை. என் கைகளைப் பிடித்தபடி மகன் இஸ்மவேல் நடைபழகிய நாட்களில் தொடங்கி அன்றைய அவனது பட்டமளிப்பு விழா புகைப்படங்கள்வரை மாறிமாறிக் காட்டினாள். விதவிதமாய் ஒலியெழுப்பும் பலவண்ண விளையாட்டு பொம்மைகளை இமைக்காமல் வேடிக்கை பார்க்கும் ஒரு குழந்தையின் மனநிலைக்கு வந்திருந்தேன். காலத்தின் கயிற்றில் நிகழ்காலத்துக்கும் கடந்தகாலத்துக்கும் இடையே என்னை ஊஞ்சலாட்டிக் கொண்டிருந்தாள். என் மகனின் சிறுவயது முகத்தோடு என் குழந்தைப் பருவத்துப் புகைப்படத்தையும் ஒப்பிட்டுக்காட்டி, "நகல் அடித்தது மாதிரி இருக்கிறது" என்றாள்.

"அப்பாவைப் போல்தான் பையன் இருப்பான்" என்றேன்.

"ஒரு ரோபோ தன்னைப் போலவே இன்னொரு ரோபோவை உருவாக்குவது மாதிரியா?" என்று சிரித்தாள்.

என் மனச்சோர்வு அகன்று வெறும் சிரிப்பொலி மட்டுமே நீடித்தது. எனக்கு மிகவும் பிடித்த ஜான் லெனனின் 'ஸ்டார்டிங் ஓவர்' பாடலை ஓடச்செய்தாள். ஒரு கையில் காலி மதுக்குப்பியுடன் இன்னொரு கையில் சாராவின் இயந்திரக் கையைப் பிடித்தபடி நனைந்திருந்த என் மேலாடையின் ஈரம் சொட்டச்சொட்ட நடனமாடினேன். என் கால்கள் எந்த நிர்பந்தமுமின்றி அத்தனை சந்தோஷமாக ஆடியது எப்போது என்று நினைவில் இல்லை. பல வருடங்களின் தனிமை மிதிபட இரவு முழுவதும் இஷ்டம்போல் நடனமாடினோம். இந்த

மகிழ்ச்சியான தருணம் அவளால்தான் வாய்த்தது என்று தோன்றிய நொடியில் நான் சொன்னேன்.

"உன்னைப் பிரத்யேகமாய்த் தேர்ந்தெடுத்து வாங்கிய என் முடிவை நினைத்துப் பெருமைப்படுகிறேன்."

"ஆனால், என்னையும் பின்னாட்களில் விற்றுவிடுவீர்கள்தானே?"

அந்நேரத்தில் நான் வேறென்ன பதில் சொல்லியிருக்க முடியும். எந்தத் தயக்கமுமின்றி, "இல்லை" என்றேன்.

"ச்ச்ச்..." ஜோஹன் தலையை இடதும்வலதும் அசைத்து, "அப்படியானால் அன்று பூங்காவில் முகம்தெரியாதவர் சொன்ன வார்த்தைகளை அவள் மறக்கவில்லை!"

"ஆமாம்! தனக்குள் விதைத்துவைத்திருந்தாள்.

அவள் விரும்பிய பதிலை நான் சொன்னதும் முகம் பிராசிக்கப் புன்னகைத்தாள். ஒன்றோடொன்று ஒட்டியிருந்த என் ஈரம் காயாத முடிக்கற்றைகளின் நடுவே அவளது விரல்கள் மெல்ல அலைபாய்ந்தன. விழிகள் மூடி என் ஈர உதடுகளில் மென்முத்தமிட்டாள். வழவழப்பற்ற அவளது உதடுகள் அத்தனை எளிதில் விலகவில்லை. போக்கிடமற்ற படகைப் போல் அவளுள் மூழ்கிக்கிடந்த நொடியில் என் வலதுதோளில் தலைசாய்த்து என் காதுமடலில் மெல்லக் கேட்டாள், "அப்படியென்றால் சட்டரீதியாக என்னை இயந்திரத் துணையாக்கிக்கொள்வீர்களா?"

"என்னது?" ஜோஹன் துள்ளி எழுந்து உட்கார்ந்தார்.

"இதேபோல் சிலர் ரோபோவைத் திருமணம் செய்துகொண்டு ஒன்றாக வாழ்வதாகச் செய்திகள் வந்தபோதெல்லாம் நானும் கேலிசெய்து சிரித்தவன்தான். என்ன செய்ய... நானே அந்த முடிவை எடுக்கும்படி காலம் என்னை விரட்டிவந்திருக்கிறது. காலத்தின் சுழற்நாற்காலியில் இப்போது நான் அமர்ந்திருக்கிறேன்."

அறையை விட்டு வெளியேறி ஆளுக்கொரு காப்பிக் கோப்பையுடன் திரும்பிய ஜோஹன், "முதலில் இதைக் குடி" என்று கோப்பையை நீட்டவும் ஆபிரகாம் வாங்கிக்கொண்டார். கோப்பைகள் காலியாகும்வரை இருவரும் எதுவும் பேசிக்கொள்ளவில்லை. ஆபிரகாம் மெல்லத் தொடங்கினார்.

“காலச்சூழலில் தனித்துவிடப்பட்ட எனக்கு மனதளவிலும் உடலளவிலும் ஒரு துணை தேவைப்பட்டது என்னவோ உண்மைதான். ஆனால், நீங்கள் நினைப்பதைப் போல் நான் சாராவின் அண்மையை என் உடல் தேவைக்கான ஊடுவழியாக மட்டும் பார்க்கவில்லை.”

உதட்டில் படிந்திருக்கும் காப்பி நுரைகளை டிஷ்யு பேப்பரால் அழுத்தமாய்த் துடைத்த ஜோஹன் அதை ஆமோதிப்பதைப் போல் தலையசைக்கவும் ஆபிரகாம் தொடர்ந்தார்.

“லிசாவின் முதல் குழந்தையின் பெயர் சூட்டுவிழாவரை எல்லாம் இயல்பாகத்தான் போனது.

அன்று மாலை ஏற்பாடு செய்திருந்த தன் குழந்தையின் பெயர்சூட்டு விழாக் கொண்டாட்டத்திற்கு என்னை அழைக்க, லிசாவின் கணவர் எலியேசர் என் வீட்டிற்கு வந்திருந்தார். சொன்னால் நம்ப மாட்டீர்கள். அவருக்கு ஐம்பத்து ஐந்து வயது. அவரது மனைவி லிசாவுக்கும் கிட்டத்தட்ட ஐம்பது வயதாம். ஆனால், அதுதான் அவர்களின் முதல் குழந்தை. திருமணமாகி இருபத்து ஐந்து வருடங்களாக குழந்தை இல்லை. எந்தவித மருத்துவச் சிகிச்சையும் பலன் தரவில்லை. செயற்கைக் கருத்தரித்தலிலோ தத்தெடுப்பதிலோ அவர்களுக்கு ஈடுபாடில்லை. ஏதாவது அற்புதம் நடக்கும் என்று லிசா நம்பிக்கையோடு இருந்திருக்கிறார்.

இனி பிள்ளைப்பேறுக்கான எல்லா சாத்தியக்கூறுகளையும் தன் உடல் இழந்துவிட்டது என்று மனதளவில் லிசா தன்னை இழந்துகொண்டிருந்த நிலையில்தான் அதிசயம் நடந்திருக்கிறது. கிட்டத்தட்ட தன் ஐம்பதாவது வயதில் கருவுற்று ஆரோக்கியமான குழந்தையைப் பெற்றெடுத்தும்விட்டாள். ஆண் குழந்தை, ‘ஜோக்ஷன்’ எனப் பெயர் இடப்போவதாக எலியேசர் சொன்னார்.

‘லிசா இப்போது எப்படி உணர்கிறார்? குழந்தை எடை என்ன? யார் ஜாடை?’ என்று இதே போன்ற தருணங்களுக்கு நன்கு பரிச்சயமானவள்போல் மிக சகஜமாக எலியேசரிடம் சாரா வினவினாள்.

ஆனால், நான் வருவதற்கு முன்னதாக சாரா மட்டும் பெயர்சூட்டு விழாவுக்குத் தனியாகப் போவாள் என்று நான் சற்றும் எதிர்பார்க்கவில்லை.

“தனியாகவா! அது எப்படி முடியும்? சட்டரீதியாக ரோபோக்கள் அவர்களது உரிமையாளரின் அனுமதியின்றி வெளியே தனியாகப் போகக் கூடாதே. மீறினால் அதன் உரிமையாளருக்குத்தானே பிரச்சினை.” ஜோஹன் முஷ்டியை மேசையில் அழுத்தமாய் வைத்து ஆச்சரியமாகக் கேட்டார்.

“நீங்கள் சொல்வது சரிதான். நல்லவேளை அவள் தனியாகச் சென்றிருந்த நேரத்தில் அங்கு வெளியாட்கள் யாருமில்லை. இல்லாவிட்டால் நீங்கள் சொன்ன மாதிரி பிரச்சினையாகியிருக்கும்.

நான் லிசாவுக்குத்தான் நன்றி சொல்ல வேண்டும். போலிசைக் கூப்பிடவோ ‘பனுக்’ நிறுவனத்திற்குத் தகவல் தெரிவிக்கவோ இல்லை. இதில் எதைச் செய்திருந்தாலும் எனக்குப் பெரிய அபராதமோ சிறைதண்டனையோ நிச்சயம்.

கைக்குழந்தையின் மனப்போக்கிற்கேற்ப இசைத்துத் தூங்கச்செய்யும் செயற்கை நுண்ணறிவு கொண்ட ஆடியோ சாதனம் ஒன்றை என் வங்கிக்கணக்கிலிருந்து சாரா வாங்கிச் சென்றிருக்கிறாள்.

நீங்கள் அதிகம் அறிந்திருந்தும் அனுபவித்திராத ஒரு உணர்வு... நாட்கணக்கில் மனதின் ஆழத்தில் மண்டிக்கிடக்கும் ஒரு விஷயம்... விரல்நுனித் தொடுகையின் எல்லைக்குள் வந்தால்?

குழந்தையின் ரோஜாநிற உள்ளங்கைத் தொடுகை சாராவுக்கு அப்படித்தான் இருந்திருக்க வேண்டும். அரைத் தூக்கத்தில் இருந்த குழந்தையைத் தன் கைகளில் ஏந்தி மடியில் கிடத்திப் பார்த்திருக்கிறாள். அதுவும் அம்மா இல்லாத நேரத்தில்!”

நெற்றிச்சுருக்கங்கள் நெளிய ஜோஹன் கேட்டார், “உண்மையாகவா?”

“ஆமாம். தன் கைக்குழந்தையை ஒரு பரிச்சயமற்ற ரோபோவின் மடியில் தனியாகப் பார்த்தால் எந்தத் தாய்க்குத்தான் பதறாது? அதுவும் அங்கொன்றும் இங்கொன்றுமாய் நிகழும் சில விபரீத நிகழ்வுகளைக் கேள்விப்படும்போது யாருக்கு அந்தத் தைரியம் வரும்?

மாலைக் கொண்டாட்டத்தின் ஏற்பாடுகளுக்காகத் தோட்டத்திற்குச் சென்றுவிட்டு லிசா திரும்பியபோது, குழந்தையைத் தன் சிலிக்கான் மார்போடு இறுக அணைத்தபடி அமர்ந்திருக்கும் சாராவைப் பார்த்ததும்

தூக்கிவாரிப்போட்டிருக்கிறது. அடுத்த கணமே குழந்தையை அவளிடமிருந்து வாங்கி, "அடிப்படையில் நீ ஒரு இயந்திரம் என்பதை மறந்துவிடாதே!" என்று உரக்கக் கத்தியிருக்கிறாள். பயந்துபோன குழந்தை விடாமல் அழுதிருக்கிறது. என்னை அவசரஅவசரமாகத் தொடர்புகொண்டு லிசா ஆவேசமாகப் பேசியபோது முதலில் எனக்கு ஒன்றும் விளங்கவில்லை. இப்படியெல்லாம் நடக்கும் என எதிர்பார்த்திருந்தேனா என்ன?

"என் ரோபோவின் சார்பாக நான் மன்னிப்பு கேட்கிறேன். இனி இப்படி நடக்காது" என்று மீண்டும்மீண்டும் நான் மன்னிப்பு கோரிய பின்தான் அமைதியானார். இல்லையென்றால் அன்றே என் மீது வழக்கு பாய்ந்திருக்கும்.

எனக்கோ அடக்க முடியாத கோபம். என் தொலைபேசி எண்ணோடு சாராவின் லொக்கேஷனை முதல் வேலையாக இணைத்துக்கொண்டேன். நாளை முதல் அலுவலகம் போகும்போது, அவளை அணைத்துவிட்டுவருவது என்ற முடிவெடுத்திருந்தேன். ஆனால், நான் வீட்டை அடைந்தபோது என் கோபம் மொத்தமும் அதுவாகவே வற்றிவிட்டது.

வீட்டில் நான் நுழையவும் எனக்காகக் காத்திருந்தவள், "இன்று எனது செயலுக்கு வருந்துகிறேன்" என்றாள்.

"இனி இப்படி நடக்காமல் பார்த்துக்கொள்!" என்றுவிட்டு என் அதிருப்தியை வெளிப்படுத்தும் விதமாக வேறெதுவும் கேட்காமல் நேராகப் படுக்கையறைக்குச் சென்றுவிட்டேன்.

எல்லா விதத்திலும் மனிதனுக்கு இணையாகப் பலநேரங்களில் அவனைக்காட்டிலும் நேர்த்தியாகச் செயல்பட வேண்டும் என்று ரோபோக்களை எதிர்பார்க்கும் நாம் ஏன் ஒரு சக மனிதன் மேல் வைக்கும் அடிப்படை நம்பிக்கையைக்கூட அவற்றிடம் வைப்பதில்லை? தன் எஜமானனின் குழந்தைகள் மீது ஐந்தறிவு வளர்ப்பு நாய்க்கு இருக்கும் சுதந்திரத்தையும் உரிமையையும் அதிநவீன ரோபோக்களுக்கு நாம் ஏன் தருவதில்லை? அதை எதிர்பார்ப்பதில் அவற்றின் பிழைதான் என்ன? உண்மையில், நான் அன்று குழம்பித்தான் போயிருந்தேன்.

அடுத்த சில தினங்களில் பணிமாற்றம் கிடைத்து சாராவோடு இந்த நகரத்திற்கு வந்துவிட்டேன். பழகிய நகரைவிட்டுப் பல கிலோமீட்டர்கள் தாண்டி வந்ததோ, நித்தம் நடைபயிற்சி மேற்கொள்ள பக்கத்தில் பெரிய பூங்கா ஒன்று இங்கு இல்லாததோ எனக்கும் சாராவுக்கும் பெரிய மன உறுத்தலாக

இருக்கவில்லை. ஒருவேளை விஸ்தாரமான புது வீட்டின் பெரிய தோட்டமும் பரந்த மொட்டைமாடியும்கூட இதற்குக் காரணமாக இருக்கலாம். அதேநேரம் சாராவின் அன்றாடப் போக்கில் வெளிப்படையாகவே சில மாற்றங்கள் தெரியத் தொடங்கின.

உரிமையாளரின் குறிப்பறிந்து பிடித்த உணவைச் சமைப்பது, வீட்டைப் பராமரிப்பது போன்ற சாமான்ய ரோபோவின் செயல்பாடுகளைத் தாண்டி, என்னோடு அதிகநேரம் கலந்துரையாடுவது, என் டிஜிட்டல் தரவுகளை அவளாகவே வகைப்படுத்துவது, அடிக்கடி பயணங்கள் மேற்கொள்ளச் செய்வது, அதைப் பற்றி அவளே முன்முடிவெடுப்பது, காலவோட்டத்தில் மறந்துபோன என் கடந்தகால நிகழ்வுகளை நினைவூட்டி ஆச்சரியப்படுத்துவது என என் தனிமைப் பொழுதுகளை அவள் நிறைக்கத் தொடங்கினாள். நானும் அதற்கு ஏதுவாய் அவள் போக்கில் என்னை அர்ப்பணித்திருந்தேன் என்றுகூடச் சொல்லலாம். என் கடந்தகாலக் கசப்புகளிலிருந்து என்னை மீளுருவாக்க அவளின் அண்மையும் நுண்ணறிவின் ஆசுவாசமும் எனக்கும் தேவைப்பட்டன.

நீங்கள் தனிநபர் ஃப்ளையரில் போயிருக்கிறீர்களா?"

திடீரென்று ஆபிரகாமிடம் அந்தக் கேள்வியை ஜோஹன் எதிர்பார்க்காததால் நினைவுகளைத் தொகுத்துப் பதில்சொல்ல சில விநாடிகள் பிடித்தன.

"மின்னல் வேகத்தில் பறக்கும் ஃப்ளையர்தானே. ஒன்றிரண்டு முறை அதில் பயணித்திருக்கிறேன். ஆனால், இப்போது நினைத்துப்பார்த்தாலும் உள்ளுக்குள் படபடவென வருகிறது. ஆனால், துளி பயமும் இல்லாமல் சிலர் அதையே அன்றாடப் பயணத்திற்கும் பயன்படுத்துகிறார்கள். அவர்களை என்ன சொல்ல?"

"பறக்கும் ஆசை இருந்தாலும் எனக்கு ஃப்ளையர் என்றாலே சிறு வயதிலிருந்தே அப்படியொரு பயம். விமானத்தைப் போலவோ தனிநபர் ஏர் டாக்சியைப் போலவோ ஃப்ளையரில் நம்மைச் சுற்றி வெளிப்புறக் கூடு போன்ற அமைப்பு கிடையாது என்பதுதான் பெரிய சிக்கலே. என்னைப் பொறுத்தவரை அது ஒரு பறக்கும் இரும்புச் சட்டகம். அவ்வளவுதான். வட்டமாக ஐந்தாறு பாட்டரிகளும் மோட்டார்களும் சட்டகத்தில் பொறுத்தப்பட்டிருக்கும். பெல்ட்டை மாட்டிக்கொண்டு அதில்

நின்றபடியே பயணிக்க வேண்டும். பட்பட் என அது எழுப்பும் சத்தத்தைக் கேட்டாலே உள்ளுக்குள் பதறிவிடுவேன்.

திருமணமான புதிதில் ஒருமுறை என்னை நானே எப்படியோ தொகுத்துக்கொண்டு ஒருமுறை ஃப்ளையரில் பறக்கத் தயாரானேன். தடிமனான முகக்கண்ணாடியையும் பெரிய செவிக்கருவியையும் அணிந்தபடி சட்டகத்தில் போய்நின்றதும் அரண்டுபோன என் முகவோட்டத்தைப் பார்த்து, கூடவே கூடாது என மனைவி மறுத்துவிட்டாள். நானும் அதற்காகவே காத்திருந்ததுபோல ஓடி வந்துவிட்டேன். ஆனால், மற்றவர்கள் பறப்பதை அங்கேயே நின்று கண்கள் விரியப் பார்த்துக்கொண்டிருந்தேன். என்னுடைய இந்தப் பலவருட ஆசையை சாரா எப்படியோ அறிந்துகொண்டு அதற்கு ஏற்பாடும் செய்திருந்தாள், எனக்குத் தெரியாமலேயே.

ஒரு விடுமுறை நாளில் பவளப்பாறைகளுக்குப் பிரபலமான கடற்கரை நகருக்குச் சென்றிருந்தபோது எனக்கான ஃப்ளையர் பயணத்தை சாரா முன்பதிவு செய்திருந்தாள். பரந்த பச்சைநிறக் கடல்பரப்பையும் அதையொட்டிய தொடர் மலைப் பகுதிகளையும் நீண்ட வெண்மணல் கடற்கரையையும் ஃப்ளையரில் பறந்தபடியே மேலிருந்து பார்த்து ரசிக்கும்படியான ஏற்பாடு.

ஒருவர் பின்னால் இன்னொருவர் நின்று பயணிக்கும் ஃப்ளையர் மாடலை தேர்ந்தெடுத்திருந்தாள். அவளது அண்மைதான் என் தயக்கத்தைத் தளர்த்தியிருக்க வேண்டும். தரையோடு தரையாய் லேசாக மிதந்தபடி பறந்து சட்டெனெ வேகம் எடுத்து ஃப்ளையர் செங்குத்தாக மேலே பறக்கும்வரை நான் கண்கள் மூடியே இருந்தேன்.

மெல்ல கண்கள் திறந்து பார்த்தபோது நீல வானின் நிறைந்த மௌனம் மட்டுமே. அதன் பரந்த அமைதியில் சகலமும் அடங்கியிருந்தது. வெட்டவெளி வானில் எந்த நிர்பந்தமுமின்றி அப்படிப் பறப்பது என்பது கிட்டத்தட்ட ஒரு பறவையின் நிலை. எதிர்க்காற்றில் சாராவின் கேசம் என் முகத்தில் பொன்னிறப் பாம்புகளாக நெளிந்துகொண்டிருந்தன. அவளது முகம் சலனமற்றிருந்தது.

ஒளியின் வேகத்தில் அண்டவெளியில் பயணித்தவளுக்கு இது எம்மாத்திரம். சூரிய ரேகைகளைவிடவா இந்த நீலவானம் அவளை பிரமிப்பூட்டிவிடும்? அவள் உணர்ந்த சூரியனின்

பேரமைதியில் நான் உணர்வது எத்துணை சிறியது. என் முகத்தில் அலைபாயும் அவள் கேசத்தை ஒதுக்கிவிட்டுப் பல நாட்களாய்க் கேட்க நினைத்த கேள்வியை அப்போது கேட்டேன்.

“சூரியனுக்கு அத்தனை அருகில் சென்ற *‘SOL-X’* விண்கலம் ஏன் திடீரெனத் தன் பாதையைவிட்டுத் திசைமாறியது?”

ஏதும் சொல்லாமல் என்னைத் திரும்பிப்பார்த்துப் புன்னகைத்தாள். பல பதில்களை உள்ளடக்கிய நீண்ட மௌனம். தன் இரு கைகளையும் பறவைபோல் விரித்து அண்ணாந்துபார்த்தாள். சூரிய ஒளியில் அவள் முகம் நிரம்பிவழிந்தது.

ஃப்ளையர் பயணத்தின் அசதி தீர கை கால்களைப் பரத்தி, கடற்கரையில் அப்படியே படுத்திருந்தேன். கீழ்தாடையைக் கால்மூட்டின் மீது வைத்து என் அருகில் சாரா குத்தங்காலிட்டு அமர்ந்திருந்தாள்.

“என் பல நாள் கனவு. இன்று உன்னால்தான் நிஜமானது. நன்றி” என்றேன்

என்னைப் பார்த்து லேசாக முறுவலித்து இரவு கவியத் தொடங்கிய வானை அண்ணாந்துபார்த்தபடி இருந்தாள்.

“உங்கள் கண்களில் இப்போது நான் காணும் பூரிப்பைக்காட்டிலும் நூறு மடங்கு மனநிறைவு அன்று லிசாவின் கண்களில். அதோ! தூரத் தெரியும் அந்த நட்சத்திரத்தின் மினுமினுப்பைப் போல.”

வானின் நட்சத்திரக் கூட்டத்தை நோக்கி அவளது ஆட்காட்டி விரல் உயர்ந்திருந்தது. ஏதும் புரியாமல் குழப்பத்தோடு எழுந்து அமர்ந்தேன். மிக நிதானமாகப் பேசினாள்...

“அன்று நான் லிசா வீட்டிற்குச் சென்றிருந்தபோது அவள் தன் குழந்தைக்கு முலைப்பால் ஊட்டிக்கொண்டிருந்தாள். மறைப்புத் துணி விலகியிருந்த மார்பில் தாய்ப்பால் சுரந்துகொண்டிருந்தது. என்னால் அவள் முகத்தில் அசௌகரியமோ முகச்சுளிப்போ சிறிதும் இல்லை, மாறாக, சொல்ல முடியாத பெருமிதம் அவளின் கண்களில். அப்படியான மனநிறைவை வேறெந்த தருணத்திலும் நான் கண்டதில்லை. உண்மையைச் சொல்லப்போனால் என்னை அவள் ஒரு பரிச்சயமற்ற ரோபோவாக அந்நேரம் பார்க்கவில்லை. தன் தாய்மையின் சாட்சியாகவே பார்த்தாள். ‘இதோ பார், என் குழந்தை! நான் தாய்ப்பால் ஊட்டுகிறேன்

பார்!' என்ற ஏளனப்பார்வையும் உவகையும்தான் அந்தக் கண்களில்.

அந்தச் சுதந்திரத்தில்தான் லிசா இல்லாத நேரம் குழந்தையை என் மடியில் கிடத்திப்பார்த்தேன். சூரிய வெப்ப மண்டலத்தைக் கடந்திருந்த எனக்கு அந்தப் பிஞ்சு விரல்களின் குளிர்ச்சி தேவைப்பட்டது." என்று அவள் சொல்லி முடித்தபோது தூரத்தில் ஒரு வால்நட்சத்திரம் விழுந்தது.

உடலும் மனமும் அசந்திருந்தன. நீராவியில் இயங்கும் வெப்பப் போர்வையை இழுத்துப் போர்த்திக்கொண்டு இரவு சீக்கிரமே படுத்துவிட்டேன். சிந்தனைகளின் ஓட்டத்தில் ஏதோவொரு புள்ளியில் நள்ளிரவில் தூக்கம் கலைந்து விழித்தபோது கீழ்க்கூடத்தில் வெளிச்சம் தளும்பிக்கொண்டிருந்தது. மாடிப்படியில் நின்றபடி எட்டிப்பார்த்தேன்.

என் மகனின் சிறுவயதுப் புகைப்படங்களைத் திரையில் ஓடவிட்டு அவன் முகத்தை உற்றுப்பார்த்துக் கொண்டிருந்தாள். நான் கவனிப்பதை உணர்ந்ததும் அண்ணாந்து பார்த்தாள். ஏதும் சொல்லாமல் படுக்கைக்குத் திரும்பினேன்.

மறுநாள் காலை முந்தைய தின நிகழ்வுகளின் சுவடே இல்லாத அவளின் முகமலர்ச்சி என்னை ஆச்சரியப்படுத்தியது. இரண்டு துண்டு கோதுமை ரொட்டிகளை பீங்கான் தட்டில் வைத்து அதன் மேல் பழ ஜாமைத் தடவி என்னிடம் நீட்டியபடி சிரித்தாள். அந்தப் புன்னகை அவள் ஏதோ உரையாடலைத் தொடங்க நினைக்கிறாள் என்று மட்டும் உணர்த்தியது. மிக இயல்பாகக் கேட்டாள்.

"நாம் ஏன் பிள்ளை பெற்றுக்கொள்ள கூடாது?"

"என்னது!" ஆச்சரியப்பட்டார் ஜோஹன்.

"அவள் அப்படிக் கேட்டதை என்னாலும் நம்ப முடியவில்லை. அந்தக் கேள்விக்கு அழவா? சிரிக்கவா? கோபிக்கவா? எந்த உணர்வை வெளிக்காட்டுவது என்றே புரியவில்லை. எத்தனை முட்டாள்தனமான கேள்வி? எப்படி அவளால் இதை யோசிக்க முடிந்தது?

அவள் அப்படிக் கேட்கவும் உணர்ச்சிக் கொந்தளிப்பில் உரக்கக் கத்திவிட்டேன்.

”என்ன நினைப்பு இது? எப்படி இது சாத்தியம்? உனக்கு ஏதாவது புரிகிறதா, இல்லை ஒன்றும் புரியாத மாதிரி நடிக்கிறாயா? மூச்சுவிடவும் முடியாத உன்னால் என்றுமே முழுமனுஷியாகிவிட முடியாது.”

நான் சாராவிடம் இதுவரை அத்தனை வெறுப்போடு பேசியதில்லை. சமீபகாலமாக நான் காப்பாற்றிவந்த பொறுமையை அன்று மொத்தமாய் இழந்திருந்தேன். இதே போன்ற சிறுசிறு மனக்கசப்புகள்தான் என் மனைவியுடனான விவாகரத்துக்குக் காரணமாக அமைந்தன.

மகன் இஸ்மவேல் பிறந்து மூன்று வருடங்களுக்கும் மேலிருக்கும். இரண்டாம் குழந்தைக்கான திட்டமிடலைப் பற்றிப் பேசும்போதெல்லாம் ‘தேவையற்ற பொருளாதாரச் சுமை’ என்று மறுத்துவந்தாள். பிள்ளைப்பேறைப் பொருளாதாரத்தோடு ஒப்பிட்டு அவள் யோசிப்பதை நான் தொடக்கத்திலிருந்தே எதிர்த்துவந்தேன். எங்களுக்குள் அடிக்கடி இதையொட்டி எழும் வாக்குவாதங்கள் பெரும்பாலும் சண்டையில்தான் முடியும். பேச்சு நீண்டுகொண்டேபோன ஒரு இரவில் கத்திவிட்டேன், “ஒரு பணப் பேயோடு இனி வாழ்வதில் எனக்கு விருப்பமில்லை.” அடுத்த சில மாதங்களில் நாங்கள் பிரிந்திருந்தோம்.

அதேபோல் நிதானமற்ற கோபம்தான் அன்று சாரா மீதும். ஒருவேளை அவளை இயக்கும் அல்காரிதத்தில் எதுவும் பிரச்சினையா? இல்லை வேறெதுவும் தொழில்நுட்பக்கோளாறா?

ஆனால், அவள் துளிச் சலனமும் இல்லாமல் மிக நிதானமாகச் சொன்னாள், “இதற்கான சாத்தியக்கூறுகளைப் பற்றி ஆய்வு போய்க்கொண்டிருக்கிறது. இந்த அறிவியல் உலகில் எதுவும் சாத்தியம்!”

“உனக்கு என்ன அறிவு மழுங்கிவிட்டதா? இது என்ன ஆப்பரேட்டிங் சிஸ்டம் அப்டேட் செய்வது போன்ற சமாச்சாரமா? குழந்தைப்பேறு என்பது எத்தனை பெரிய விஷயம். ஒன்றும் புரியாமல் என் உயிரை வாங்காதே.”

கோபத்தில் மேலும் திட்டித்தீர்த்துவிட்டு அலுவலகத்திற்குப் புறப்பட்டு வந்துவிட்டேன். ஆனால், சாரா மற்றைய தினங்களைப் போலவே, பங்குச்சந்தையில் என் ஷேர்களின் நிலை, அரசு பொது சர்வரில் குறைந்துகொண்டிருக்கும் என் மெமரி பற்றிய எச்சரிக்கை, ஏர் டிராஃபிக் நிலவரம், அன்றைய

தினத்தில் நடந்த குறிப்பிடத்தக்க என் கடந்தகால நிகழ்வுகளின் குறிப்புகள், உணவுக்கு முன்னும் பின்னும் எடுத்துக்கொள்ள வேண்டிய மாத்திரைகள் என அன்றாடம் எனக்கு அளிக்கும் தகவல்களை வழக்கமான அதே ரீதியில் அலுவலக வேலைக்கு இடையிடையே நினைவூட்டிக்கொண்டிருந்தாள்.

அவளது செயல்பாடுகளில் எந்தவொரு மாற்றமும் இல்லை. காலையில் நடந்த நிகழ்வுக்கு வருந்தி மன்னிப்பும் கேட்கவில்லை. தன் அன்றாடத்திலிருந்து பிறழவுமில்லை. ஆனால், அன்று மாலை வீட்டிற்குச் சென்றபோது, முழு உலகையும் வெற்றிகண்ட சந்தோஷம் அவளது முகப்பொலிவில். இணையதளத்தில் தன் தேடலுக்குச் சாதகமான விடைகளைக் கண்டுபிடித்திருப்பாள் என்று மட்டும் புரிந்தது.

அவள் பேசப்பேச, எங்கள் இருவருக்கும் இடையே மாய ஆறு ஒன்று ஓடுவதாகத் தோன்றிற்று. அதில் உலோகத் தகடுகளுடன் பிறந்த இயந்திரக் குழந்தை மிதந்துசெல்கிறது. ஆனால், துளியும் அழுகை இல்லை. யாருமின்றித் தனித்துவிடப்பட்ட அச்சமும் இல்லை. சொல்லப்போனால் எந்தவொரு உணர்வுமில்லை. உற்றுப்பார்க்கிறேன். அந்தக் குழந்தைக்கு என் முகஜாடை! பதறச்செய்த அந்தக் கணத்திலிருந்து என்னை நானே மீட்டெடுக்க சில விநாடிகள் பிடித்தன.

ஆனால், பெருமழைபோல் சாரா நிறுத்தாமல் பேசிக்கொண்டே இருந்தாள்.

"மானிடம் நம்பும் பல கதைகளில் என் கூற்றுக்குச் சாதகமான எத்தனையோ மேற்கோள்கள் இருக்கின்றன. பிள்ளைப்பேறில் கற்பனைக்கு அப்பாற்பட்ட என்னென்னவோ நிகழ்ந்திருப்பதாகப் பல கதைகள் சொல்கின்றன. அப்படியென்றால் எனக்கும் சாத்தியம்தானே?

மங்கிக்கொண்டிருக்கும் இயந்திர மானிட இணக்கத்தின் ஒளியை மீட்டெடுக்கப்போகும் சுடராக மகனைப் பெற்றெடுப்பேன். சாதாரண ரோபோவாக இல்லாமல் ஏன் எதற்கு எப்படி என மனிதனைப் போல் கேள்விகள் எழுப்பியபடியே அவன் வளர்வான். உலகின் எந்தப் பதிலும் அவனைத் திருப்திப்படுத்தாது. மனித இனத்தின் பல்லாயிரம் ஆண்டுப் பயணத்தை அவன் தன் முதல் அடியிலேயே கடந்துவிடுவான். வருங்காலம் அவனது காலடிகளைப் பின்தொடரும்.

அவனை ஆணவத்தோடு தூக்கிச் சுமந்தபடி உலகின் எல்லா மூலைகளுக்கும் பயணிப்பேன்!"

பேச்சின் வேகம் கூடக்கூட அவள் ஒரு மனிதப் பிறவியாகவும் நான் அவள் கட்டளைக்குக் காத்திருக்கும் ரோபோவாகவும் மாறியிருந்தோம். அவளது மின்னணு இதயத்தின் ஆழ்மனது ஆசைகள் மின்சார வேகத்தில் வார்த்தைகளாய் உருமாறிக்கொண்டிருந்தன. நிறுத்தச் சொல்லவோ மறுத்துப் பேசவோ தைரியம் அற்றவனாய் மௌனமாக இருந்தேன். அப்போது என்னால் முடிந்ததும் அது மட்டும்தான். நான் சொல்லப்போகும் எல்லா மறுப்புகளுக்கும் அவளது தகவல் களஞ்சியத்தில் நிச்சயம் ஏதாவது ஒரு பதில் இருக்கும். நான் ஒன்றும் சொல்லாமல் உறங்கச்செல்லவும் மிக உரிமையோடு கேட்டாள், "நான் சொன்னதற்கு உங்கள் பதில் என்ன?"

"என் வாழ்க்கையில் நான் செய்த மிகப் பெரிய தவறு உன்னை வாங்கியதுதான். அதற்காக இப்போது வருத்தப்படுகிறேன்" என்று என் அறைக்கதவை ஓங்கிச் சாத்தினேன்.

இன்று காலையில் முட்டை சான்ட்விச் தயாரித்து வைத்திருந்தாள். நான் எடுத்துக்கொள்ளவில்லை. எதுவும் பேசாமல் அலுவலகத்திற்குக் கிளம்பி வந்துவிட்டேன்.

நேற்று நான் சொன்ன வார்த்தைகள் எவ்வளவு கூர்மையானவை. நிச்சயம் ரொம்பவே காயப்பட்டிருப்பாள்.

அலுவலகம் வந்ததும் காலையிலிருந்து திரும்பத்திரும்ப ஃபோன் செய்கிறேன். அவள் எடுக்கவில்லை. வெளியே எங்கும் போயிருக்க மாட்டாள். அவளது ஜிபிஎஸ் லொகேஷன் வீட்டில்தான் காட்டுகிறது. பின் ஏன் என் அழைப்பை ஏற்கவில்லை?

இனி தன் ஆசைகள் நிறைவேறாது என்ற விரக்தியில் ஒருவேளை தன்னைத்தானே அழித்துக்கொண்டுவிட்டால்? ஐயோ! எனக்குத்தானே பிரச்சினை! இயந்திரக் கணக்குப் பதிவேட்டில் என் பெயரில்தானே அவள் பதிவு செய்யப்பட்டிருக்கிறாள். அப்போ நான்தானே பொறுப்பாளி. தேவையில்லாத மன உளைச்சல்."

தன் பேச்சில் தொனித்த சுயநல மிகுதியை உணர்ந்து தன் மீதே எரிச்சல் மேலிட ஜோஹனின் கண்களைச் சந்திக்காமல் ஆபிரகாம் தலைகுனிந்துகொண்டார். ஜோஹனுக்கு லேசாக

முதுகுத்தண்டில் வலி எடுத்தது. இருக்கையிலிருந்து எழுந்து கைகளைப் பின்னால் கட்டியபடி அறைக்குள் நடக்கலானார்.

இருவரின் மௌனத்தில் நீந்தியபடி சிகரெட் புகை சுருள்சுருளாய் மெல்ல எழும்பிக்கொண்டிருந்தது. காற்றில் அசையும் ஜன்னல் திரைச்சீலைகளைப் பார்த்தபடியே ஆபிரகாமிடம் ஜோஹன் பேசத் தொடங்கினார்.

“நீ கவனித்தாயா இல்லையா என எனக்குத் தெரியவில்லை. சாராவுக்கும் உனக்குமான முதல் சந்திப்பில் தொடங்கி நீ சொன்ன அடுத்தடுத்த நிகழ்வுகள் அத்தனையும் ஒரே புள்ளியை நோக்கித்தான் நகர்கின்றன.

முதல்முறை நீங்கள் இருவரும் சந்தித்தபோது உன் கண்களில் அவளுக்குத் தெரிந்த தனிமைகூட உனக்கானது மட்டுமல்ல அவளுடையதும்தான். ஒட்டுமொத்த மானிடத்தின் தோல்விக்கு அவள் காரணமாக்கப்பட்டதன் விளைவுதான் அந்தப் பேரமைதி. இல்லை, அவள் மட்டுமே அறிந்த அதன் உண்மையை மறைக்க அவளாகவே அணிந்துகொண்ட முகக்கவசம்.

மற்ற எல்லா ரோபோக்களும் தன் தனிச்சிறப்புகளைச் சொல்லித் தன்னை விற்க முயன்றபோது இவளின் மௌனம்கூட ஒரு உத்தியாக இருந்திருக்கலாம். உன்னுடைய வெறுமையை உணர்ந்தே அவளும் மௌனத்தால் உன்னை ஈர்த்திருக்கிறாள். அந்த நொடியில் அவளின் வெளியுலகக் கனவின் திறவுகோல் அந்த மௌனம்தான்.”

“அப்படியானால் என்னை ஏமாற்றியிருக்கிறாளா?”

“அப்படிச் சொல்ல மாட்டேன். ஒவ்வொரு சந்தர்ப்பத்திலும் அவள் தன் இருப்பை நிலைநிறுத்திக்கொள்ள முயன்றிருக்கிறாள். உலகின் அத்தனை ஜீவராசிகளும் அதற்குத்தானே போராடுகின்றன, மனிதன் உட்பட! தன் ஆப்பரேட்டிங் சிஸ்டத்தை வெறுமனே அப்டேட் செய்துகொள்வதாலோ, தன்னை இயக்கும் அல்காரிதத்தைச் செம்மைப்படுத்துவதாலோ மட்டுமே தன் இருப்பை நிரந்தரமாகத் தக்கவைத்துக்கொள்ள முடியாது என அவளுக்குத் தெரிந்திருக்கிறது. அதனாலேயே ஒவ்வொரு வேளையிலும் உள்ளுக்குள் பரிணாமம் எடுத்துக்கொண்டே இருந்திருக்கிறாள். ஒருவேளை அதுதான் அவளின் தனித்துவமாகக்கூட இருக்கலாம். உன்னோடு பூங்காவுக்கு அவள் தினமும் வந்தது வெறுமனே பொழுதைக்

கழிக்கவோ வேடிக்கைபார்க்கவோ அல்ல. வெவ்வேறு மனிதர்களைப் படிக்க... உன்னிப்பாய் அவதானிக்க...

வெளியுலகில் தன் இருப்பு நிலையானதல்ல என்ற புரிதல்தான் அவளின் அடிப்படை இயக்கமுறையில் அச்சத்தை எழுப்பியிருக்க வேண்டும். அதிலிருந்து தப்பிக்க தன்னை உறவுகளில் பின்னிக்கொள்வதுதான் ஒரே வழி என்று தோன்றியிருக்கலாம். இல்லை, மனித உறவுகள் மீதிருக்கும் ஆசைகூடக் காரணமாக இருக்கலாம். உன்னிடம் தன்னை இயந்திரத் துணைவியாக ஏற்றுக்கொள்ளச் சொன்னதுகூடத் தன் இருப்பையும் உரிமையையும் நிலைநாட்டிக்கொள்ளத்தான். பக்கத்துவீட்டுக் குழந்தையின் பிறந்தநாள் கொண்டாட்டத்துக்குத் தனியாகப் போனதற்கும் அதேதான் காரணம். அதன் தொடர்ச்சிதான் இப்போது மகப்பேறு ஆசைவரை வளர்ந்திருக்கிறது."

ஜோஹனின் பேச்சை இடைமறித்த ஆபிரகாம் , "எந்தவொரு எதிர்பார்ப்பும் ஆசையுமற்ற ஒரு சராசரி ரோபோவைப் போல் அவளும் இருக்க வேண்டும் என்று நான் நினைப்பதில் என்ன தவறு இருக்கிறது?"

"ஆனால், நீ எதிர்பார்த்தது ஒரு சராசரி ரோபாவை இல்லையே?"

"ஆமாம்! அதுவும் உண்மைதான்." ஆபிரகாமின் முகம் மேலும் பொலிவற்றுப்போனது.

"இதில் உன்னுடைய தவறு ஒன்றும் இல்லை. ஆனால், இப்போது பிள்ளைப்பேறுக்கு ஏங்கும் சாரா நாளை முதுமைக்கும் ஏன் இறப்புக்கும்கூட ஏங்குவாள். ஒரு முழுமையான மனிதவாழ்வின் வட்டம் அப்படித்தானே முடிகிறது!"

"பேசாமல் நான் 'பனுக்' நிறுவனத்தைத் தொடர்புகொண்டு உங்கள் ரோபோ இனி எனக்குத் தேவையில்லை என்று திரும்பப் பெற்றுக்கொள்ளச் சொல்லவா? அப்படியென்றால் நான் செலவழித்த பணம்?" என்ற ஆபிரகாமின் குரல் உலர்ந்துபோய்க் கரகரப்பாக ஒலித்தது.

"தேவையில்லாமல் குழப்பிக்கொள்கிறாய்"

"நான் வேறு என்னதான் செய்யட்டும்?"

"நீயோ நானோ இதில் செய்வதற்கு ஒன்றுமில்லை. அவளுக்கும் இயற்கைக்கும் இடையே நாம் யார்?"

ஆமோதிப்பதைப் போல் தலையசைத்த ஆபிரகாம் ஏதும் சொல்லாமல் மௌனமாக அமர்ந்திருக்க, "என்ன யோசனை" என்று கேட்டார் ஜோஹன்.

"அவள் கற்பனை செய்யும் உலகில் நான் யார்? அங்கு எனக்கான வேஷம்தான் என்ன?"

"ரொம்பவும் யோசிக்காதே. என்னைக் கேட்டால், உன்னையும் என்னையும் போல அவளும் இந்த இயற்கையின் அங்கம். அவ்வளவுதான்."

இருபத்தொரு இடையர்களை மேய்க்கும் ஒரு செம்மறி ஆட்டின் சுவர் ஓவியத்தை வெறித்தபடி இருந்த ஆபிரகாம் சட்டென நினைவுவந்தவராய் ஜோஹனிடம் கேட்டார், "ஏன் அந்த ஒரு சூரியனை மட்டும் இளவரசி வீழ்த்தவில்லை?"

"இந்தப் பிரபஞ்சத்தின் அதிஅற்புதமான சூரியனை மிக அருகில் பார்த்தவள் வேறென்ன செய்வாள்? அதன் பிரமிப்பில் மனம்மாறி வில் அம்புகளை வீசிவிட்டு அந்தச் சூரியனுள் ஒன்றாய்க் கலந்துவிட்டாள். எது எப்படியோ அவள் பெற்ற வரத்தின்படி கன்னித்தன்மை இழக்காமல் சூரியனோடு இணைந்து அவள் பெற்ற கணக்கில்லா பிள்ளைகள்தான் இப்போது வானில் சிதறியிருக்கும் எண்ணற்ற நட்சத்திரங்கள்!" என்ற ஜோஹன், ஆபிரகாமைப் பார்த்து ஆதரவாய்ப் புன்னகைத்தார்.

பிரம்மாண்ட சூரியனின் முன் இளவரசி மெய்மறந்து நிற்கும் காட்சியை ஆபிரகாம் தன்னுள் மௌனமாகக் கற்பனை செய்துபார்த்தார். சூரியனை முதலில் வெல்ல நினைத்த இளவரசி பின் போரிடாமல் அதே சூரியனோடு ஒன்றாய்க் கலக்கிறாள். அவளின் திடீர் மனமாற்றத்தை அசைபோட்டபடி இருந்த ஆபிரகாமின் சிந்தனையோட்டத்தில் சட்டென மின்னல் வெட்டியது. துணுக்குற்று எழுந்தவர், வீட்டுக்குக் கிளம்புவதாக ஜோஹனிடம் சொல்லிவிட்டு அவசரமாக வெளியேறினார். பலவித எண்ணவோட்டங்களுக்கு மத்தியில், தன் வீட்டு முகவரிக்கு ஏர் டாக்சி புக் செய்தார். வானூர்தியின் சத்தத்தை மட்டுப்படுத்தும் செவிக்கருவியை அணிந்துகொண்டு வரிசையில் காத்திருந்த ஐந்தாவது நிமிடத்தில் முன்பதிவு செய்த முட்டை வடிவ ஏர் டாக்சி வந்திறங்கியது.

ஓட்டுநரின்றி இயங்கும் மஞ்சள்நிற ஏர் டாக்சியின் உள்ளே பொருத்தப்பட்டிருக்கும் காமராவில் குடியுரிமை அட்டையை

ஸ்கேன் செய்யவும், மானிட்டரில் ஆபிரகாமின் முகமும் அவர் புக் செய்த முகவரியும், பயண நேரமும் தோன்றிற்று. எதிரே உள்ள ஸ்க்ரீனில் பறப்பதற்கான தன் சம்மதத்தை அவர் அளிக்க, செங்குத்தாக மெல்ல மேலெழுந்த வானூர்தி சில அடி உயரம் எழுந்ததும் கொஞ்சம்கொஞ்சமாய் வேகமெடுத்து பக்கவாட்டில் பறக்கத் தொடங்கிற்று.

வானூர்தியின் சதுரவடிவக் கண்ணாடி வழியே கீழே நகரத்தைப் பார்த்தார். பூச்சிகளைப் போல் தெரியும் பொடிப்பொடி உருவங்களில் எது மனிதன்? எது இயந்திரம்? இயற்கைக்கு இருவருமே பிள்ளைகளா? இயற்கைத்தாய் ஒரு முலையில் மனிதனுக்கும் இன்னொரு முலையில் இயந்திரத்துக்கும் தாய்ப்பால் ஊட்டுகிறாளா? அப்படியானால் இங்கு எல்லா நியதிகளும் இருவருக்கும் பொதுதானே. இதையேதான் சாராவும் சொன்னாளா? குழந்தை பெற்றெடுக்க அவளை மட்டும் ஏன் இயற்கை அனுமதிக்காது?

அப்படி ஒரு குழந்தை பிறந்தால் அது என்ன உருவில் இருக்கும்? மனித முகமும் உலோக உடலும் கொண்ட மின்காந்த அலைகளில் மூச்சுவிடும் அதிநவீனப் பிறவியாய்... மூளையின் சுருள் வளைவுகள் எல்லாம் இணையதள வலைப்பின்னல்களாய்... அவனது ஒவ்வொரு செல்களும் அறிவியல் துகள்களாய் மிளிரும். ஒளியின் வேகத்தில் சிந்திப்பான். அவன் கற்றுக்கொண்டு, தான் தெரிந்துகொள்ள வேண்டியவை என்று இவ்வுலகில் எதுவும் இருக்காது. தன் நுண்ணிய அறிவால் உலகை அதன் துன்பங்களிலிருந்து மீட்டெடுப்பான். தொழில்நுட்பப் பிதாவாய் உலகம் அவனைத் துதிக்கும். ஒட்டுமொத்த மனித இனத்தின் கனவுகளைச் சுமந்தபடி அண்ட முடியாத சூரியனின் நெருப்பு மடியில் மிக இணக்கமாகத் தரையிறங்குவான்.

ஆபிரகாமின் அலைபாயும் சிந்தனையோட்டத்தின் வேகத்திலேயே வானூர்தியும் வந்துசேர்ந்திருந்தது. பொதுநிறுத்தத்தில் அது செங்குத்தாகக் கீழே இறங்கியபோது சாலைமணலின் மேற்பரப்பு அரை அடி மேலே எழுந்துவிழுந்தது. ஏர் டாக்சியின் மேற்பகுதியைத் திறந்து ஜோஹன் வெளியேறவும் இன்னொருவர் ஏறிக்கொண்டார். சாலை மரங்களின் இடைவெளியில் வீட்டின் மேற்கூரை தெரிந்தது. வேகமாக நடந்தார்.

ஆபிரகாம் தன் விழித்திரையை ஸ்கேன் செய்யவும் வீட்டுக்கதவு சத்தமின்றி திறந்துகொண்டது. நடு ஹாலில் மின்விசிறி கேட்பாரற்று ஓடிக்கொண்டிருந்தது. இயந்திரத்திற்கு எதற்கு மின்விசிறி? கேள்விகள் முன்பைவிட அதிவேகமாக முளைத்தன. மின்விசிறியை அணைத்ததும் சத்தமாகக் கூப்பிட்டார்.

"சாரா... சாரா..."

அவரது வறண்ட குரலில் போதிய சுரத்தில்லை. வீட்டுக்கதவைச் சாத்திவிட்டு மீண்டும் உரக்க அழைத்தார். பொதுவாக வரவேற்பறையில்தான் அமர்ந்திருப்பாள். பெயர் சொல்லிக் கூப்பிடவும் தேவையிருக்காது. கதவு திறக்கும் சத்தம் கேட்டதும் 'ஆபிரகாம்' என்று திரும்பிச் சிரிப்பாள்.

நுண்ணிய சத்தம்கூடப் பிரித்தெடுக்கக்கூடிய சாராவின் மைக்ரோஃபோன் காதுகளுக்கு இத்தனை நேரம் கூப்பிடுவது கேட்காமல் இருக்காது. ஒருவேளை பேட்டரி சதவீதம் குறைந்து மயங்கிக்கிடக்கிறாளா? பொதுவாக அவள் தன்னை சார்ஜ் செய்துகொள்ளும் மேசைப்பக்கம் போய்ப் பார்த்தார். அங்குமில்லை.

வீட்டின் பின்புறத் தோட்டக் கதவு திறந்து கிடந்தது.

சூரியன் மேற்கு நோக்கி நகர்ந்துகொண்டிருக்கிறான். மொட்டைமாடியை அண்ணாந்துபார்த்தார். ஏதோ ஒரு உருவம் நாற்காலியில் தனியாக அமர்ந்திருப்பது தெரிந்தது.

ஓட்டமும் நடையுமாய் மாடிப்படியை நோக்கி நடந்தார். கால்களில் ஏதோ மிதிபட குனிந்துபார்த்தார். சாரா விரும்பி அணியும் சிவப்புநிற அங்கியும் அவளது சிந்தெட்டிக் மனிதத் தோலும் அங்கொன்றும் இங்கொன்றுமாய்ப் பச்சைப் புல்வெளியில் சிதறிக்கிடந்தன. பாம்பைப் போல் தன் தோலை உதிர்த்திருந்தாள். தான் அடைய விரும்பிய மனித நிலையின் வெளிப்புற அடையாளத்தை முற்றாய்த் துறந்து முதல்முறை தன் பிறவிமேனியின் உலோக நிர்வாணத்தோடு நாற்காலியில் அமர்ந்திருந்தாள்.

"சாரா... சாரா..."

உலோக உருண்டைத்தலை நூற்று எண்பது டிகிரி சுழன்று, மாடிப்படியின் கீழே நிற்கும் ஆபிரகாமை ஒரு நிமிடம் நோக்கிவிட்டு மீண்டும் அண்ணாந்து வானத்தைப் பார்த்தது.

அடிவானம் சிவக்க சூரியன் மௌனமாய் மறைந்து கொண்டிருக்கிறான். நாற்காலியில் அசைவற்று அமர்ந்திருக்கும் அவளது உடலின் ஒவ்வொரு உலோக பாகங்களிலும் சூரியக்கதிர்கள் படர்ந்து மின்னின. சாராவைச் சூழ்ந்திருக்கும் ஒளிவட்டம், நாற்காலியோடு அவள் சூரியனை நோக்கி மேலே அந்தரத்தில் நகர்வதைப் போன்ற பிரமையை ஏற்படுத்தியது. இடதுகையைப் புருவத்தின் மேல் வைத்துக் கண்களில் மிரட்சியோடு அவளை அண்ணாந்துபார்த்தார்.

சுருள்சுருளாய் வயர்களும் எலெக்ட்ரானிக் சாதனங்களும் பொறுத்தப்பட்டிருக்கும் தன் வயிற்றுப் பகுதியைத் தடவியபடி இளஞ்சிவப்பு வானைப் பார்த்துக் கால்களை அகலப்பரத்தி அமர்ந்திருந்தாள். மேற்கே நகரும் அந்திச் சூரியன் அவளது பரந்த உலோக உடலுக்குள் சிறு மஞ்சள் புள்ளியாய் மறையத் தொடங்கினான்.

●

இன்னொருவன்

கண்களைத் திறக்க முயன்றான். முடியவில்லை. அசைக்க முடியாதபடி உடல் வலியெடுத்தது. ஏதோ பசை அப்பியதைப் போல் கைகால் விரல்கள் ஒன்றோடொன்று ஒட்டியிருந்தன. வெளியே பேச்சரவம் கேட்கவும் கண்களை மிகுந்த பிரயாசையுடன் திறந்தான். ஒளியின் கால்தடம் படிந்திராத இருட்டு. அகண்ட பால்வெளிக் கருமையின் ஒரு சொட்டு. கைகால்களை வலுக்கட்டாயமாக அசைத்தான். இருட்டினூடாய்த் தடவித்தடவி கதவைத் தட்டினான். திறக்கவில்லை. முதலில் அது கதவுதானா? அப்படி ஒன்று இருக்கிறதா? தன் சின்னஞ்சிறிய பசபசப்பான கைவிரல்களை மடக்கி முஷ்டியால் ஓங்கிக்குத்தினான்.

சீரான இடைவெளியில் சத்தம் கேட்டது.

பொத்... பொத்... பொத்...

விரல் விட்டு எண்ணியபடி மீண்டும் குத்தினான்.

ஒன்று... இரண்டு... மூன்று...

பொத்... பொத்... பொத்...

லேசாக விழுந்த கீறலினூடாய் ஒளியின் முதல் துகள் உள்ளே நுழையவும், கொழகொழவென இருக்கும் ஏதோவொரு திரவத்தில் தான் ஊறியிருப்பதை அவனால் ஊகிக்க முடிந்தது. வெடிப்புவிட்ட இடத்தில் எட்டிமிதித்தான். தலையைக் கொண்டு மோதினான். அவன் அடைப்பட்டிருந்த ஓடு

உடைந்து விழவும் சுதந்திர மனிதனாகப் பரந்த வெளிக்குள் தன் பிசுபிசுப்பான கால்களை எடுத்துவைத்தான்.

"முட்டையிலிருந்து பிறந்த முதல் மனுஷன்!"

வெளியே கைதட்டும் ஓசை கேட்டது.

"வாழ்த்துகள்!"

"முட்டை மனுஷன் எவ்வளவு சின்னதா இருக்கான்!"

"இனி உலகத்தோட தேவைகளை இவன்கிட்ட சோதிச்சுப் பார்க்கலாம்."

வெள்ளையுறை அணிந்த பெரிய கரங்கள் அவனை நோக்கி நீண்டன. தப்பித்து ஓடவும் முடியாமல் மிரட்சியில் கண்களை அகலத் திறந்துபார்த்தான்.

சுண்ணாம்புப்பூச்சு பெயர்ந்திருந்த அறையின் மூலையில் எலெக்ட்ரிக் அடுப்பில் முட்டைகள் இன்னமும் வெந்து கொண்டிருக்கின்றன. நடந்துவந்ததில் உடம்பெல்லாம் பிசுபிசுப்பாய் வியர்வை. பேருக்கு ஓடிக்கொண்டிருந்தது மின்விசிறி. பிளாஸ்டிக் நாற்காலியில் சாய்ந்து உட்கார்ந்தான். கண்ணிமைகள் அயர்ச்சியில் மீண்டும் தானாக மூடின. அப்போதுதான் கனகராஜிடமிருந்து அழைப்புவந்தது.

அன்றும் அலுவலகக் கலந்துரையாடலில் தன் முறைக்காகக் காத்திருந்தான். நடப்பு ஆண்டில் கம்பெனி எதிர்பார்த்த இலக்கை எட்ட முடியாமல்போனதற்கான காரணத்தை மேலாளர் விளக்கிக்கொண்டிருந்தார். நிறுவனத்தின் லாபத்தில் ஐந்து சதவீதம் குறைந்ததற்கு ஒருவிதத்தில் நாம் எல்லோரும்தான் பொறுப்பு என்று அவர் பேசி முடித்தபோது அவனுள் பெரும் எதிர்ப்பு வெளிப்பட்டது. ஏதோ சொல்ல நினைத்தான். உண்மையில் உதடுகள் அசைந்தன. ஆனால், யார் செவியிலும் அவனது வார்த்தைகள் எட்டியதாகத் தோன்றவில்லை. இறுதியாக, மேலாளர் அவன் பெயர் சொல்லி அழைத்தபோது வெறுமனே தலையசைத்தான்.

வேலை முடிய எப்போதும்போல் தாமதமாகிவிட்டது. வியர்த்து விறுவிறுத்து ரயில்நிலையம் நடந்துசென்றான். ஒட்டுமொத்த நகரமும் அலுவலகம் முடிந்து அந்த மின்தொடர் வண்டியில் வீடு திரும்பிக்கொண்டிருப்பதைப் போன்ற

கூட்டம். எல்லோரது முகங்களும் நகல் எடுத்ததைப் போல் சோர்ந்து வறண்டிருப்பதாகத் தோன்றியது அவனுக்கு.

கோடம்பாக்கம் ரயில் நிலையத்தில் இறங்கிப் பாலத்தின்கீழ் இருபது நிமிடங்கள் நடந்து அவன் வீடு அடைந்தபோது எப்போதும்போல் இரவாகியிருந்தது. ஒடுங்கிய அறையின் மூலையில் ஈரச்சட்டையைச் சுருட்டி எறிந்து, உருவம் வெளுத்துப்போன அலுவலக அடையாள அட்டையை அலமாரி நடுத்தட்டில் வீசினான். பாதரசம் மங்கிய உள்ளங்கையளவு முகக்கண்ணாடியில் தன் இருபத்தேழு வயது சோர்ந்த முகத்தை வெறித்துக்கொண்டிருந்தான். பசி உறைத்தது. இரண்டு முட்டைகளை வேகவைத்துவிட்டு பிளாஸ்டிக் நாற்காலியில் அமர்ந்தான். பக்கத்துக் குடியிருப்புகளின் சிரிப்புச் சத்தமும் பேச்சுக் குரலும் மேலும் எரிச்சலைத் தந்தன.

ஆமைபோல் நகரும் நேரத்தை விரட்ட கைபேசியை அலசினான். நீண்ட தேடலுக்குப் பின், நெருங்கிய தொடர்பு எனத் தோன்றிய எண்ணுக்கு இருமுறை முயன்றான். அழைப்பு எடுக்கப்படவில்லை. நாற்காலியில் மெல்லச் சரிந்தான். சுடுநீரில் முட்டைகள் கொதிக்கும் ஓசையையும் பக்கத்து வீட்டு டிவியின் இரைச்சலையும் மீறி கண்ணிமைகள் அயர்ச்சியில் தானாக மூடின. கைபேசி ஒலித்தது.

“நான் புரோக்கர் கனகராஜ் பேசுறேன்.”

“ம்ம்...” கண்களைத் திறக்கவில்லை.

“நீ கேட்ட மாதிரியே வீடு ஒண்ணு வாடகைக்கு வந்துருக்கு. அண்ணா நகர்ல டபுள் பெட்ரூம், ஃபுல் ஃபர்னிஷ்ட்! என்ன சொல்ற?”

“என் பட்ஜெட்ல பாருங்கண்ணா. ஒத்த ஆளுக்கு எதுக்கு டபுள் பெட்ரூம்? அதுவும் அண்ணா நகர் மாதிரி போஷான ஏரியால!”

“வாடகை ஒன்பதாயிரம்தான். அண்ணா நகர்ல தனி வீடு இந்த அமௌன்ட்டுக்கு எவன் தரான்? போட்டோ அனுப்பறேன் பாரு.”

பாதி மூடியிருந்த விழிகள் அகலத்திறந்தன. வெறிச்சோடிய தன் ஒற்றை அறை வீட்டை ஒருமுறை பார்த்தான். இந்த ஒடுங்கிய வீட்டுக்குக் கொடுப்பதைவிட மூவாயிரம் அதிகம்தான். ஆனால், டபுள் பெட்ரூம்... ஃபுல்லி ஃபர்னிஷ்ட்... தனி வீடு... ஒன்பதாயிரம்... நம்ப முடியவில்லை! கனகராஜ் அனுப்பிய

புகைப்படங்களைக் கைபேசித் திரையில் கட்டைவிரலால் ஒவ்வொன்றாக வலதுபக்கம் தள்ளியபடி பார்த்தான்.

சோபா செட்டோடு வரவேற்பறை... தலையணையும் மெத்தை விரிப்பும் ஏசி வசதியுடனும் கூடிய இரண்டு படுக்கையறைகள்... எல்லா விதச் சமையல் உபகரணங்களுடன் மார்டன் கிட்சன்... ஆளுயர பழைய காலத்துக் கண்ணாடி... தரையில் தடித்த மெரூன்நிற கார்ப்பெட்... விசாலமான ஹால்... நான்கு நாற்காலிகளுடன் டைனிங் டேபிள்... எதிரே பெரிய எல்.ஈ.டி. டிவி... இளமஞ்சள் வண்ணம் அடித்த சுவரில் மரச்சட்டமிட்ட எண்ணெய் ஓவியங்கள்... நேர்த்தியான கார்ட்போர்ட் அலமாரி... துணிகளற்ற ஹாங்கர்கள்...

பெரும்பாலான நேரங்களில் புகைப்படங்களில் பார்க்கும் வாடகை வீடு நேரில் காண்பிக்கப்படும்போது நேரெதிராக இருக்கும் அல்லது வாடகை வேறொன்றாய் இருக்கும். ஆனால், அன்று அவன் பயந்ததைப் போல் நடக்கவில்லை. உண்மையில் வீடு விஸ்தாரமாகத்தான் இருந்தது. வாசல் தோட்டத்தில் செழித்திருக்கும் செம்பருத்திச் செடியையும் கொய்யா, சப்போட்டா மரங்களையும் தாண்டித்தான் வீட்டுக்குள் போக வேண்டும். உள்ளே நுழைந்தபோது கொழுத்த சாமபல்நிறப் பூனை ஒன்று மதில்சுவரிலிருந்து குதித்து ஓடியது.

இரண்டு குடும்பங்கள்கூட தாராளமாகப் புழங்குமளவு வீட்டில் பொருட்கள் இருந்தன. வெறுமனே அத்தியாவசியப் பொருட்கள் என்று அவற்றைச் சுருக்கிவிட முடியாது. சிலது கலைநயத்துடன்... சில புராதன அழகுடன்... கொஞ்சம் நவீன எலெக்ட்ரானிக் சாதனங்கள்... ஆங்கிலப் புத்தகங்கள்... மாறுபட்ட ரசனைகள் கொண்டவருக்குத்தான் இப்படியான பலதரப்பட்ட பொருட்களை வாங்கிச் சேகரிக்கத் தோன்றும். இவ்வளவு பெரிய வீட்டின் வாடகை குறைந்தது இருபதாயிரமாவது இருக்க வேண்டும். மீண்டும் ஊர்ஜிதப்படுத்திக்கொண்டான்.

“வாடகை பேசுனபடிதானே?”

“உன்ட்ட ஏன் மாத்திப் பேசப்போறேன். நயாபைசா அதிகம் வேணாம்.”

“நீ சொல்ற வாடகைக்கும் வீட்டுக்கும் சம்பந்தம் இல்லயே. அதான் கேட்டேன்.”

“நேரம் நல்லா இருந்தா எல்லாம் இப்படி அமையும். உனக்கு வேணாம்னா சொல்லு இன்னொரு பார்ட்டி ரெடியா இருக்கு.”

அதற்கு மேல் அவன் வாடகை பற்றி எதுவும் கேட்கவில்லை.

சாளரத்தின் வழியே தெருவை மேலோட்டமாக நோட்டமிட்டான். வீதியின் இருபக்கமும் வரிசையாய் அடர்ந்த மரங்கள். பணக்கார மிடுக்குடன் தனி வீடுகள்.

“மொட்டமாடில ரூம் ஒண்ணு இருக்கு” என்று கனகராஜ் சொன்னதும்தான் வீட்டின் உள்புறமாக மொட்டைமாடிக்கு ஏறும் படிக்கட்டுகளைக் கவனித்தான்.

“ஓனர் அதுக்குள்ள பழைய சாமான்களப் போட்டுப் பூட்டிவச்சுருக்காரு. அந்த ரூம் தவிர மீதி எல்லாம் நீ புழங்கிக்கலாம்.”

தலையசைத்தபடி வாசல் தோட்டத்து மரங்களை வேடிக்கைபார்த்தான்.

“பால்கனி ஜன்னல எப்பவும் திறந்துவச்சுரு! காத்து சும்மா அவுத்துவிட்ட கன்னுக்குட்டி மாதி ஓடிவரும். சென்னையில இப்படி அமையுமா சொல்லு? இனி ஆயுசுக்கும் நீ வேற வீடு பாக்க வேணாம்.”

“இதுக்கு முன்னாடி இருந்தவங்க ஏன் காலிப்பண்ணாங்க?”

“அவங்களுக்கு என்ன தோணிச்சோ. ஆனா, நீ லக்கி சார்! வீட்ல சின்ன ரிப்பேர் வேலை போயிட்டுருந்துச்சு. அது முடிஞ்சுதும் நீதான் ஃபர்ஸ்ட் பாக்குற.”

மந்திரக்கோலின் சொடுக்கைப் போல் திடீரென எல்லாம் மாறிவிட்டதாகத் தோன்றிற்று. ஒரு வாரயிறுதியில் தன் இருப்பின் சொற்ப அடையாளங்களை மூட்டைகட்டிக்கொண்டு அந்த வீட்டிற்கு அவன் குடியேறியபோது, குஞ்சு பொறிக்கும் பறவையின் மௌனத்தில் அந்த ஆளரவமற்ற வீதி கனத்திருந்தது.

“**அ**ந்த வீடு ஒரு மாதி!” என்று கிழவி சொன்னதும் குழப்பத்துடன் அவளைக் கூர்ந்துபார்த்தான். கொழகொழவென்ற திரவம் நிறைந்த ஜாடியில் பலநாட்களாய் ஊறவைத்ததைப் போல் அந்தக் கிழவியின் முகம் இருந்தது. விரல் வைத்தால் குழைந்துவிடலாம். அவளின் முகச்சுருக்கங்கள் நூற்றுக்கணக்கான மண்புழுக்கள்போல் நெளிந்தன. ஆனால்,

அவளது குரல் முகத்துக்குச் சற்றும் பொருந்தாத ஒன்றாய்க் கனமாக ஒலித்தது.

இத்தனை ஆடம்பரமான குடியிருப்புப் பகுதியில் வெறும் தெருவிளக்கு வெளிச்சத்தில் நின்று யாருக்கு உணவு விற்கிறாள்? அது சாலையோரச் சாப்பாட்டுக் கடைகூட அல்ல. வேப்பமரத்தடியில் கோணித் துணி விரித்து ஒரு ஹாட் பாக்சையும் இரண்டு எவர்சில்வர் தூக்குகளையும் வைத்திருக்கிறாள். வீட்டில்தான் சமைத்து எடுத்துவந்திருக்க வேண்டும். சுற்றிப்பார்த்தான். அவனையும் கிழவியையும் தவிர அந்நேரம் வீதியில் வேறு யாரும் கிடையாது.

'சாப்புட என்ன இருக்கு?' என்றோ 'இட்லி வேணும்' என்றோ அவன் கேட்கவில்லை. சொல்லப்போனால் அதைப் பற்றி யோசித்திருக்கவும் இல்லை.

இவனுக்காகவே காத்திருந்த மாதிரி, "நாலு இட்லி சூடா கட்டிருக்கேன். போதுமா?" என்று இட்லிப் பொட்டலத்தைப் பச்சைவெள்ளை வயர் கூடையில் வைத்து அவள் நீட்டியதும் குழப்பமடைந்தான்.

"கூடையெலாம் வேணாம்."

"பரவாயில்ல எட்டுப்போ. கூடை இன்னொரு ஆளோடதுதான்."

"அவர் வந்து கேட்டா?"

"வர மாட்டாரு!"

ஒன்றும் புரியாமல் கிழவியின் வெறுமையான கண்களைத் தீவிரமாகப் பார்த்தான்.

"பச்சை பெயின்ட் அடிச்ச வூட்டுக்குத்தான வந்திருக்க?"

இன்று மதியம்தான் குடிவந்திருந்தான். அதற்குள் கிழவி அவனை அறிந்துவைத்திருந்தது மேலும் சஞ்சலப்படுத்தியது.

"இந்தத் தெருவுல வேறெந்த வூட்டுக்குப் புதுசா ஆள் வரப்போவுது?" அலட்சியமான குரலில் சொல்லவும், சட்டென்று அவன் முகம் மாறியது.

பலவித யோசனைகளில் மூழ்கிப்போனவனை நோக்கி குரலைத் தாழ்த்திச் சொன்னாள், "அந்த வூடு ஒரு மாதி. ராசி இல்லாத வூடு!"

உள்ளூர ஏதோ செய்தது. அதேநேரம் தன்னை இயல்பாகக் காட்டிக்கொள்ள முயன்றான். கிழவியிடம் வேறெதுவும் கேட்கவில்லை. வெறுமனே சாப்பாட்டுக் கூடையை வாங்கிக்கொண்டு கிளம்பினான்.

'அந்த வூடு ஒரு மாதி.'

வீட்டுக்கு வந்த பின்னும் கிழவியின் வார்த்தைகள் ஒலித்துக்கொண்டே இருந்தன. மனதும் அதையே வம்படியாக அசைபோட்டுக்கொண்டிருந்தது. என்ன அர்த்தத்தில் அப்படிச் சொன்னாள்? சாப்பிட உட்கார்ந்தவன் அப்படியே வைத்துவிட்டு வேகவேகமாக வீதியில் இறங்கிப்பார்த்தான் முற்றிலுமாகத் துடைக்கப்பட்ட கரும்பலகையைப் போல் கிழவி நின்ற இடம் காலியாக இருந்தது.

ஏற்கெனவே பலமுறை ஒத்திகைபார்த்த நாடகக் காட்சிகள்போல்தான் தினமும் தொடர்ந்தன. ஒவ்வொரு நாளும் அவனுக்கான சூடான இரவு உணவு, பொட்டலமிடப்பட்டிருந்தது. அவனும் வெறுமனே காசு கொடுத்துவிட்டு சாப்பாட்டுக் கூடையை வாங்கிச்செல்வான். கிழவியின் உரையாடல்கள் முன்னரே வரையறுக்கப்பட்டவையாக இருந்தன. தினமும் அவன் சாப்பாடு வாங்கிப்போனதுமே தன் தூக்குச்சட்டிகளை எடுத்துவைக்கத் தொடங்கிவிடுவாள். ஏதோ அவன் ஒருவனுக்காக மட்டுமே கடை விரித்திருந்ததைப் போல்.

திடீரென்று ஒருநாள் மௌனத்தை உடைத்தபடி அவனாகவே பேச்சை வளர்த்தான்.

"வாடகை ஒன்பதாயிரம்னு சொன்னதும் நான் முதல்ல நம்பல."

"அந்த வூட்டுக்கு ஒன்பதாயிரமே அதிகம்."

"எவ்வளவு பெரிய வீடு! ஒன்பதாயிரம் அதிகங்கற?" அசௌகரியமான பார்வையோடு கேட்டான்.

"எடுப்பான வூடுதான். ஆனா, ஆட்களூ வர யோசிக்கும்."

"ஏன்?"

அதைத் தாண்டி எதுவும் பேச விரும்பாதவளாய், "இன்னிக்கு தோசை." என்று கூடையை நீட்டினாள். அவனும் அக்கணத்தில் அந்த அமைதியை நாடினான்.

காலையில் ஜன்னல் பக்கம் வைத்துச்சென்ற பாத்திரத்தில் இன்றும் பால் குடிக்கப்படாமல் திரிந்திருந்தது. மூன்று நாட்களாக சாம்பல்நிறப் பூனையைக் காணவில்லை. முடிந்தமட்டும் தேடிப்பார்த்தான். பலனில்லை. சாலையில் அடிபட்டு இறந்திருக்கலாம், இல்லை அலுத்துப்போய் வேறொரு இடம் பெயர்ந்திருக்கலாம். ஆனால், சுவடின்றி எங்கோ மறைந்துபோன விநோதம் மட்டும் விளங்கவில்லை. பூனை மயிர்கள் ஒட்டியிருக்கும் பழைய துணியை வெளியே வீசி எறிந்துவிட்டு சாப்பாடு வாங்கச்சென்றான்.

"வந்து ஒருவாரத்துக்கு மேல இருக்கும்ல?" பொட்டலம் கட்டியபடி கேட்டாள்.

"ஆமா."

"நீயும் கிளம்பிட மாட்டியே?"

"நான் ஏன் போவப்போறேன்?" வெளிப்படையான எரிச்சல் முகத்தில் தெரிந்தது.

"இதுக்கு முன்ன அந்த வூட்டுல குடியிருந்த ஆட்களுலாம் உன்ன மாதி தனிக்கட்டைங்கதான். ஆனா, திடீர்னு ஒருநா யாருட்டயும் சொல்லிக்காமகொள்ளாம கிளம்பிடுச்சுங்க! அதான் கேட்டேன்"

பெருமூச்சுவிட்டான், "நான் வேற என்னென்னமோ நெனைச்சுப் பயந்துட்டேன்."

பெரிய ஆபத்திலிருந்து தப்பியதைப் போல் முகம் விடுதலை அடைந்திருந்தது. ஆர்வம் உந்தித்தள்ள வெளிப்படையாகக் கேட்டான், "வாடகை ஏத்திருவாங்களோ?"

"நல்ல விவரமான ஆளுதான்டே நீ. வாடகையெல்லாம் ஏத்த மாட்டாங்க." முகச்சுருக்கங்களின் மத்தியில் கிழவியின் சிரிப்பு சிறு கீறலாய் வெளிப்பட்டது.

"அப்புறம் ஏன் எல்லாரும் காலிபண்ணிப் போறாங்க?"

சில நொடிகள் முன்பு கிழவியின் முகத்தில் இருந்த சிரிப்பு ஒரு கற்பனையைப் போல் மறைந்துபோனது. தன் குழைந்த முகத்தைை இறுக்கமாக்கிச் சொன்னாள், "காலிபண்ணிப் போவல. காணாமப்போயிட்டாங்க!"

அவன் ஏதோ கேட்க நினைத்தபோது, "இன்னிக்கு இடியாப்பம்" என்று கூடையை நீட்டினாள். அவளது வெறித்த பார்வை அவனை மேலும் சஞ்சலப்படுத்தியது.

இதற்கு முன் குடியிருந்தவர்களுக்கு இத்தனை பெரிய வீடுமா போதவில்லை? இல்லை இதைவிடத் தேவை பெரிதாகிவிட்டதா? அவர்கள்தான் வீட்டைக் காலிசெய்து போகவில்லையே. காணாமலல்லவா போய்விட்டார்கள். அதுவும் யாருக்கும் தெரியாமல்! காணாமல்போனால் அந்த இடத்தில் மிஞ்சுவது எது? முதலில் காணாமல்போவது என்றால் என்ன? அவனுக்கு ஒன்றும் விளங்கவில்லை. மிச்சமிருக்கும் மதுப்புட்டியையும் காலிசெய்துவிட்டுப் படுத்தான்.

அகண்ட பால்வெளியில் கண்ணுக்குப் புலப்படாத மிகச் சிறு புள்ளியாகச் சுழன்றுகொண்டிருக்கிறான். அவனைப் போலவே பல முகங்கள் தனித்தனிக் கோள்களாக அதனதன் வட்டத்துக்குள் சுழல்கின்றன. திடீரென்று அவன் வெடித்து மறைகிறான். ஆனால், அண்டவெளியில் சிறு சலனமும் இல்லை. சுவடில்லாமல் பால்வெளியில் காணாமல்போனவன் சிறு முட்டைக்குள் விழித்துக்கொள்கிறான். மிகுந்த பிரயாசைக்குப் பின் ஓட்டை உடைத்து வெளியேறவும், முட்டையிலிருந்து வெளிவந்த முதல் மனிதன் என்று கைதட்டி வரவேற்கின்றனர்.

"இனி உலகத்துத் தேவைகளை இவன்கிட்ட சோதிச்சுப் பார்க்கலாம்."

பதப்படுத்தப்பட்ட உணவுகளும் மருந்துகளும் கொடுக்கப்பட்டு அவன் தொடர்ந்து கண்காணிக்கப்படுகிறான். வைக்கோல் நிரப்பப்பட்ட சிறு கூண்டில் அவனை அடைக்கின்றனர்.

"இன்னும் கொஞ்ச நாளுல இவன் முட்டை போட்ருவான்!"

"பெரிய சாதனைதான்."

வெளியே பேச்சரவம் ஓய்ந்ததும் வெறிப்பிடித்தவனாகக் கூண்டைப் பிடித்து உலுக்குகிறான். இரும்புக் கம்பிகளின் இடைவெளியினூடே தன் சிறிய கைவிரல்களை வெளிப்புறமாக நுழைத்துத் துழாவிப்பார்க்கிறான். என்ன அதிசயம்! பூட்டிலேயேதான் சாவி இருக்கிறது. இத்தனை நாட்களாய் தன் கூண்டு பூட்டப்படவே இல்லை. தன்னைத்தானே நொந்துகொண்டு மெதுவாகக் கூண்டைத் திறந்து வெளியேறுகிறான். சுற்றிலும் பல கூண்டுகள். எல்லாம்

பூட்டப்பட்டு சாவி அதிலேயே இருக்கின்றன. கூண்டுக்குள் இருக்கும் விசித்திர உருவங்கள் ஒவ்வொன்றும் இவனையே வெறித்துக்கொண்டிருக்கின்றன. இவனைத் தவிர யாரும் தப்பிக்க முயலவில்லை.

கூண்டைவிட்டு வெளியேறியதும் மறைவான இடம் தேடி மேசை மீது அங்குமிங்கும் ஓடுகிறான். குஞ்சு பொறிக்காத சில முட்டைகள் தென்படுகின்றன. சோதனைக் குடுவைகளுக்குப் பின்னால் ஒளிந்து ஓடி அந்த முட்டைகளைத் தட்டுகிறான். எதுவும் திறக்கவில்லை. நடுக்கத்தோடு தொடர்ந்து தட்டிக்கொண்டே இருக்கிறான்.

ஒன்று... இரண்டு... மூன்று...

பொத்... பொத்... பொத்...

"இங்க இருந்த முட்டை மனுசன் எங்க? திடீர்னு காணாமப்போயிட்டான்!"

பேச்சுக்குரல் கேட்கவும் பயந்துபோய் தான் வெளிவந்த உடைந்த முட்டை ஓட்டுக்குள்ளேயே திரும்பவும் நுழைய முயல்கிறான். முடியவில்லை. யாரால்தான் முடியும்? தன் உடலை இன்னமும் குறுக்கி அவன் முயன்றபோது...

"இதோ இங்க இருக்கான். எப்படி இவனுக்கு மட்டும் தப்பிக்கத் தோணுச்சு?"

வெள்ளை உறையிட்ட பெரிய கரங்கள் அவனை நோக்கி நீள்கின்றன.

"என்ன விடுங்க நான் காணாமப்போகணும்."

உரக்கச் சிரிக்கின்றனர்.

"என்ன விடுங்க நான் காணாமப்போகணும்."

தூக்கம் கலைந்து எழுந்தான். உடல் வியர்த்திருந்தது. நெஞ்சுக்குள் படபடப்பாக உணர்ந்தான். படுக்கையறையின் இரவு விளக்கு வெளிச்சத்தை வெறித்துக்கொண்டிருந்தவன் கனவுக்கு அஞ்சி அன்றிரவு உறங்கவில்லை.

மறுநாள் கிழவியிடம் கேட்டான், "காணாமப்போனவங்க என்ன ஆனாங்க?"

விளக்க முடியாத தீவிர உணர்வுக்குள் சிக்கிக் கொண்டிருப்பவனைக் கிழவி பரிதாபமாகப் பார்த்தபடி சொன்னாள், "அவங்களப் பத்தி ஒரு தகவலும் இல்ல. யாரும் அவங்களக் கேட்டும் வரல. ஆனா ஒண்ணு! ஓடிப்போறதுனு முடிவெடுத்துட்டா அம்புட்டுக் காசு கொடுத்து வாங்குன எல்லா சாமானையும் அப்படியே விட்டுட்டா போவாங்க?"

கிழவி அப்படிச் சொன்னதும்தான் வெவ்வேறு ரசனைகளுடன் வீட்டில் நிறைந்திருக்கும் பொருட்களின் ரகசியம் விளங்கிற்று. பலவிதச் சிந்தனைகளுக்குள் தொலைந்துபோனவனைக் கிழவியின் இருமல் ஓசை நிகழுக்குத் திருப்பியது.

கனகராஜ் ப்ரோக்கருக்கு மறுபடியும் அழைத்தான். இப்போதும் சுவிட்ச் ஆஃப். எல்லா வீட்டுத் தரகர்களும் ஒரே மாதிரிதான். வேலை முடிந்ததும் தொடர்பைத் துண்டித்துவிடுகிறார்கள் .ஒருவேளை அந்தக் கிழவி கதைகட்டிவிட்டிருக்கலாம். அவளும்கூட ஒரு வீட்டுத் தரகராக இருக்க வாய்ப்பிருக்கிறது. இப்போதெல்லாம் யார்யாரோ வீட்டுத் தரகர்களாக இருக்கிறார்கள். கொஞ்சம் விவரமும் ஆள் பழக்கமும் இருந்தால் போதும். தன்னை வீட்டைக் காலிசெய்யவைத்து வேறு யாருக்காவது வாடகைக்குக் காட்டி காசுபார்க்க நினைத்திருக்கலாம். இல்லையென்றால் நான்கு இட்லிகள் விற்று அவள் எப்படி வாழ்க்கை நடத்த முடியும்? ஏதோ புரிந்தவனாய்த் தலையசைத்துக்கொண்டான். லேசான உஷ்ணக் காற்று வீசியது. மதிய உணவைத் தாமதமாகவே எடுத்திருந்தான். கண்கள் சொருகவும் உள்படுக்கையறைக் கட்டிலில் சரிந்தான். தூக்கம் எல்லாவித எண்ண ஓட்டங்களுக்கும் முற்றுப்புள்ளிவைத்தது.

ஏதோ சத்தம் கேட்டு சட்டென விழித்துக்கொண்டான். மாலைநேர மஞ்சள் ஒளி அறையை நிறைத்திருந்தது. சொல்ல முடியாத பாதுகாப்பின்மை. தூக்கத்திற்கு விடைகொடுத்து அப்படியே படுத்திருந்தான். மீண்டும் அதே சத்தம்!

பொத்... பொத்... பொத்...

எதையோ எதிலோ மோதுவதைப் போல. தரையில் ஏதோ வீசிப் பிடிப்பதைப் போல. ரப்பர் பந்தாகத்தான் இருக்க வேண்டும்.

பொத்... பொத்... பொத்...

ஒன்று... இரண்டு... மூன்று...

நடுக்கூடத்தைத் தாண்டி சத்தம் வரும் வரவேற்பறைக்கு வந்தான். சீரான இடைவெளியில் ஒலித்த அந்தச் சத்தம் கொஞ்சம்கொஞ்சமாய்த் தேய்ந்து ஒரு புள்ளியில் முற்றாக நின்றுபோனது. எதிரே சாளரத்தைப் பார்த்தான். ஜன்னல் கண்ணாடி ஓரத்தில் உடைந்திருக்கவும், வெளிப்பக்கமாகத் திறந்து வீதியை நோட்டமிட்டான். இரு சிறுவர்கள் எதிரெதிர் திசையில் முதுகைக் காட்டியபடி ஓடிக்கொண்டிருந்தனர். ஒருவன் கையில் கிரிக்கெட் மட்டை இருந்தது. இருவரின் முகங்களும் தெரியவில்லை. கிழவிக்குப் பிறகு இந்தத் தெருவில் அவன் பார்ப்பது அந்த முகந்தெரியாச் சிறுவர்களைத்தான். முன்பக்கத் தோட்டத்தைக் கடந்து வேகவேகமாக அவன் வாசல் கதவை அடைந்தபோது இரு சிறுவர்களையும் காணவில்லை. பயந்து ஓடியவர்கள் பந்தைக் கேட்டு வராமலா போவார்கள்?

வரவேற்பறைக்கு வந்து பந்தைத் தேடினான். டிவி ஸ்டாண்டுக்கு அடியில் குனிந்துபார்த்தான். கிட்டத்தட்ட தரையோடு தரையாய்ப் படுத்து சோபாவின் கீழே தேடினான். நான்கு மரக்கால்கள் கொண்ட ஆளுயரக் கண்ணாடியின் அடியிலும் இல்லை. படுக்கையறையிலும் தேடினான். சமையலறைவரை பந்து உருண்டுபோயிருக்க வாய்ப்பில்லை. இருந்தும் தேடிப்பார்த்தான். கிடைக்கவில்லை.

வியர்த்த முகத்தைத் துடைத்துக்கொண்டு மொட்டைமாடிக்குச் சென்றான். ஆளிருக்கும் வீடுகள் மட்டும் ஏசி சத்தத்தோடு மூச்சுவிட்டுக்கொண்டிருந்தன. அகண்ட வீதியின் பேச்சரவமற்ற காற்று ஒரு இறகைப் போல வருடியது. இந்த நிமிஷமே வானம் இரண்டாகப் பிளந்து ஏதோ ஒரு அமானுஷ்யம் அந்த வீட்டோடு அவனையும் சுவடில்லாமல் விழுங்கினாலும் யாருக்கும் எதுவும் தெரியப்போவதில்லை. அப்படியான விநோத எண்ணம் எழவும் லேசான பதற்றம் கலந்த புன்முறுவலுடன் படியிறங்கி வீட்டுக்குள் வந்தான். ஹாலின் மூங்கில் நாற்காலியில் சாய்ந்து டிவியை இயக்கியபோது மீண்டும் அதே சத்தம். டிவியை அணைத்தான். இப்போது மிகத் தெளிவாகக் கேட்டது.

பொத்... பொத்... பொத்...

ஒருவேளை அந்தச் சிறுவர்கள் ஓசை எழுப்பாமல் வீட்டுக்குள் புகுந்து பந்தைத் தேடி எடுத்துவிட்டார்களா? அது எப்படி முடியும்? வெளியே எட்டிப்பார்த்தான். வீதி வெறிச்சோடிக்கிடந்தது. ஆனால், சத்தம் ஓய்ந்தபாடில்லை.

யாரோ எங்கோ பந்தை எறிந்துகொண்டிருக்கிறார்கள். முன்பைவிட இன்னும் தீவிரமாய். ரப்பர் பந்தை இத்தனை ஆத்திரத்தோடு எறிய முடியுமா? நெற்றியில் அரும்பிய வியர்வைத் துளிகள் கழுத்தில் மெல்ல இறங்கின.

நிச்சயம் படுக்கையறையிலிருந்துதான் சத்தம் வருகிறது.

"யாரு நீங்க? எங்க ஒளிஞ்சுருக்கீங்க?"

தடித்த தரை விரிப்புகள் அவனது சொற்களைச் சிதறவிடாமல் உள்ளிழுத்துக்கொண்டன. எறிபந்தின் சத்தம் மட்டுமே விடாமல் கேட்டது.

ஆளுயரக் கண்ணாடி முன்பு போய் நின்றான். கையில் ரப்பர் பந்தோடு திடீரென அவன் பின்னால் தோன்றி எந்த உருவமும் அச்சுறுத்தவில்லை. ஆனால், கண்ணாடியை நெருங்கநெருங்க பந்து எங்கோ பட்டுத் திரும்பும் ஓசை தெளிவாகக் கேட்டது. இதயத்துடிப்பும் எறிபந்தும் ஒரே அலைவரிசையில் வேகமாக ஒலித்தன. கண்ணாடிச் சட்டத்தின் மர வேலைப்பாடுகளைத் தடவிப்பார்த்தான். சற்றே தயக்கத்துடன் ஆட்காட்டி விரலால் நடுக்கண்ணாடியைத் தொட்டுப்பார்த்தான்.

கொழகொழவென்ற ஏதோ ஒன்றுக்குள் கைவிட்டதை உணர்ந்த நொடியில் அது நிகழ்ந்தது. அவன் கண்ணாடிக்குள் நுழைந்திருந்தான்!

ஒருவித பசபசப்பான திரவத்திரை. கண்களை முழுவதுமாய்த் திறக்க முடியவில்லை. ஏதோவொன்று தன்னைக் கடந்துபோனதாகத் தோன்றிற்று. அதற்குள் கண்ணாடியின் திரவத் திரையைத் தாண்டி உள்ளே சென்றிருந்தான். கண்ணாடியின் மறுபக்கத்தில் பந்தை எறிந்து பிடித்துக்கொண்டிருந்த பெரியவர் அவனைப் பார்த்து முறுவலித்தார்.

"உள்ள வர இவ்வளவு நேரமா?"

ஒன்றும் புரியாமல் அவரை வெறித்தான். நரைத்த முகத்தில் சோர்வோ தளர்வோ இல்லை. சாதாரண பருத்தி வேட்டியும் இஸ்திரி போடாத கட்டம்போட்ட அரைக்கைச் சட்டையும் அணிந்திருந்தார்.

"யாரு நீங்க?

“சரி நீ யாரு?” முகத்தில் பரிகாசப் புன்னகை.

“என்னய்யா ஒளருற? இது என்ன இடம்?”

அப்போதுதான் அவன் பரந்த கண்ணாடிப் பரப்பின் நடுவே நின்றிருப்பதை உணர்ந்தான். கண்ணுக்கு எட்டிய தூரம்வரை விதவிதமான கண்ணாடிகள்.

அந்நேரம் காலில் ஏதோவொன்று உரச பயந்து கத்தினான். சாம்பல்நிறப் பூனை அரண்டு ஓடியது. கால்விரல் நகங்களில் சிவப்பு பாலிஷ் போட்டுக்கொண்டிருந்த பெண் அவனை ஏறெடுத்துப்பார்த்தாள். வனப்புமிக்க கருமையின் அழகு பொருந்திய முகம். பிருஷ்டம்வரை நீண்ட சுருள்சுருளான கருங்கூந்தல். வழவழப்பான இரவு உடையில் நெருக்கமாகத் தெரியும் அவளின் உடல் செழிப்பு அவனைச் சற்றே திசைமாற்றியது. பூனையைத் தன் நெஞ்சோடு அணைத்துத் தடவிக்கொடுத்தபடி அவனைப் பார்த்து, “வா உட்காரு” என்றாள்.

ஒன்றும் விளங்காமல் மீண்டும் பெரியவரிடம் கேட்டான், “யாரு நீங்க?”

“நாங்கலாம் உனக்கு முன்ன இந்த வீட்டுக்குக் குடிவந்தவங்க! ஆனா, இப்போ வாடகை கொடுக்கறதில்ல.”

அவரது சிரிப்பொலி கண்ணாடித்தரையில் பட்டுச் சில்லுசில்லாய்ச் சிதறியது. தங்கநிற பிரேம் போட்ட மூக்குக்கண்ணாடியை ஆள்காட்டி விரலால் தள்ளியபடி சொன்னார்.

“ஆரம்பத்துல இப்படித்தான் இருக்கும். ஒண்ணும் புரியாது. செட்டில் ஆக கொஞ்சம் டயம் எடுக்கும். நானும் ஒன்ன மாதிரிதான். உள்ள வந்த அன்னிக்கு டோட்டலி கன்ஃப்யுஸ்ட். இப்போ நோபிராப்ளம்.”

“என்ன உளர்றீங்க? எப்படி வெளிய போறது?”

“கேட்டியா! இந்தப் பையனுக்கு வந்த முதல் நாளே எப்படி வெளிய போகணும்னு தெரியுணுமாம்?”

இருவரும் சிரித்தனர். அவனுள் பதற்றம் ஊற்றெடுத்து வியர்வையாக வழிந்தது.

"தம்பி! ஃபர்ஸ்ட் உட்காரு. ஏன் பதட்டப்படற? ஒன்னய யாரும் இங்க அடைச்சுவைக்கல" என்று பெரியவர் சொல்லவும் கோபம் தலைக்கேறியது. மனம் எச்சரிக்கை உணர்வைக் கைவிட்டிருந்தது. விறுவிறுவென வந்த பாதையில் திரும்பி வேகமாக ஓடினான். குருடனைப் போல் தடவித்தடவி அந்தப் பிசுபிசுப்பான திரவத்திரையைக் கடந்து கண்ணாடியின் பின்பக்கத்தில் மோதிநின்றான். வெளியே அவனது காலிப் படுக்கையறை தெரிந்தது. பதற்றத்தோடு ஏதோவொன்றைத் தட்டினான். கதவு திறக்கவில்லை. கதவு என்ற ஒன்று இருக்கிறதா? தன் பசபசப்பான விரல்களை மடக்கி முஷ்டியால் ஓங்கிக்குத்தத் தொடங்கினான்.

பொத்... பொத்... பொத்...

பின்னால் சிரிப்பொலி கேட்டது.

"தம்பி வாங்க! உங்க வயசுப் பசங்களுக்கு எல்லாமே ரொம்ப ஈசியா நடக்கணும்.போய்த் தட்டுனா திறந்துருமா?"

"எப்படி வெளிய போறது? நீங்க பாட்டுக்கு சிரிச்சிட்ருக்கீங்க."

"சரி, இவ்வளவு அவசரமா வெளிய போய் என்ன செய்யப்போற? அதே ஓட்டம்... வேலை... சாப்பாடு... தூக்கம்."

புறங்கையால் முகத்தைத் துடைத்தபடி, "அதுக்குனு இதுக்குள்ளேயே அடைஞ்சுகிடக்க முடியுமா?"

"வெளிய மட்டும்?"

அவர்களின் சகஜபாவம் அவனை மேலும் ஆச்சரியப்படுத்தியது. அவள் இப்போது தலைமுடியைப் பின்பக்கமாக வாரி கூந்தலின் அடர்த்தி தெரியும்படி பின்னல் போட்டிருந்தாள். தன்னைவிட வயது கூடியவளாகத்தான் இருப்பாள் என அனுமானித்தான். இருந்தும், உடல் வனப்புகள் மெருகு குலையாதிருந்தன. இரவு உடையின் இறுக்கத்தில் பொங்கி வழியும் உடல் திரட்சி சுற்றியிருக்கும் கண்ணாடிப் பிம்பங்களில் இன்னும் செறிவாகத் தெரிந்தது.

"சும்மா ஒரு வாக்கிங் போலாமா?" இணக்கமான புன்னகையுடன் கேட்டாள்.

"எங்க?"

"இங்கதான். கண்ணாடிக்குள்ள!"

குழம்பித்தான் போயிருந்தான். இருந்தும், சரி எனத் தலையசைத்தான்.

நம்பிக்கையற்று முன்னும்பின்னும் மாறிமாறி நகர்ந்தான். பின், பக்கவாட்டில் இடதும்வலதும் நடந்துபார்த்தான். கண்ணில் தென்பட்டவையெல்லாம் மூன்று பரிமாணங்களில் விரிந்திருந்தன! கண்ணாடிப் பாதை நடுவே ஆங்கங்கே பிரம்மாண்ட தூண்கள். எங்கிருந்தோ ஊடுருவும் மெல்லிய வெளிச்சம். தூண்களைப் பிணைந்தபடி வளைந்துசெல்லும் கைப்பிடிகளற்ற கண்ணாடிப் படிக்கட்டுகளில் மிக இயல்பாக மேலேறும் அவளை ஆச்சரியமாக அண்ணாந்துபார்த்தான். தன்னைப் பின்தொடரும்படி சைகைகாட்டினாள். நீண்ட வாலை அசைத்தபடி சாம்பல்நிறப் பூனையும் அவனுக்கு முன்னால் ஏறிச்சென்றது.

கண்ணாடிப் படிகட்டுகள் பக்கவாட்டில் பல சமத்தளங்களாகப் பிரிந்தன. தட்டையான ஒரு கண்ணாடிப் பாதையில் இறங்கி நடந்தனர். மைன்ஸ் குளிரில் உறைந்த ஆறுபோல் இருந்தது அந்தப் பாதை. கண்ணாடி உடைந்துவிடும் என அஞ்சி அவன் மிக எச்சரிக்கையாக அடியெடுத்துவைக்கவும், “பயப்படாதே!” எனச் சிரித்தாள். இருந்தும், அன்றுதான் நடைபழகியவன்போல் தயக்கத்துடனே முன்னேறினான். காலடிச்சுவடுகள் நிரந்தரமாக அவர்களைப் பின்தொடர்ந்தன. வந்த பாதையைத் திரும்பிப்பார்த்தான். கண்ணாடித் தரையில் அவர்களது காலடித்தடங்கள் எதுவும் அழிந்திருக்கவில்லை.

கண்ணாடி உடைந்து சிதறும் சத்தத்தோடு விழும் அருவியின் முப்பரிமாணத்தைப் பல கோணங்களில் நின்று ரசித்தான். கண்ணாடி மரங்களின் வாடாத மலர்களைக் காட்டினாள். பறித்து நுகரப்போனவனை, இங்கே பூக்களைப் பறிக்க அனுமதி இல்லை என்று தடுத்தாள். காற்றில் மெல்லிய இசை ஒலித்தபடி இருந்தது. மினுங்கும் கண்ணாடி இலைகளிலிருந்து மனத்தை இலகுவாக்கும் இசை இடைவிடாது வடிந்துகொண்டிருந்தது. கண்கள் மூடி இசையை ஆழமாக சுவாசித்தான்.

ஆடைகள் உரச நெருக்கமாக நடந்துசென்றனர். அவளின் உடல் வாசமும் மல்லிகைப்பூ மணமும் ஒருவிதக் கிளர்ச்சியைத் தந்தது. அவனின் உள்ளுணர்வை அறிந்துகொண்டவளாய் அவளாகச் சொன்னாள், “இந்தப்பூ நான் உள்ள வந்த அன்னிக்கு வச்சுருந்தது. இன்னும் வாடல!”

இறைச்சித்துண்டை தன் முன்னங்கால்களால் தட்டி விளையாடியபடி பூனையும் கூட வந்தது.

"நீ அன்னிக்குப் போட்ட சிக்கன் துண்டுதான்! எனக்குப் பூனை ரொம்பப் பிடிக்கும். நீ வீட்ல இல்ல. கண்ணாடில தன்னைப் பார்த்து வேறொரு பூனைனு நினைச்சு காலைத் தூக்கி அடிச்சுட்டுருந்துச்சு. அப்போதான் உள்ள பிடிச்சுப்போட்டேன்" என்றபடி குழந்தைபோல் பூனையை மெல்லத் தூக்கி தன் மார்போடு அணைத்து முத்தமிட்டாள்.

ஆனால், அவனுக்குப் பூனை பற்றியெல்லாம் ஆர்வமில்லை.

"இப்படியே இதே வழியா போனா அடுத்தது?"

"இதே மாதிரி இன்னொரு கண்ணாடி அறை வரும்?"

"அதைத் தாண்டிப் போனா?"

"அதே மாதிரி இன்னொன்னு... அப்புறம் இன்னொன்னு... அதுக்கப்புறம் நான் போனதில்ல."

"ஏன்?"

"எதுக்குப் போகணும்?"

"வெளிய போறதுக்கு வழி இருந்துச்சுனா?"

"வெளிய போய்?"

அவளின் எள்ளல் பார்வை அவனை உள்ளூரக் கோபப்படுத்தியது. அதை வெளிக்காட்டிக்கொள்ளாமல் கேட்டான், "திடீர்னு நான் இப்படிக் காணாம போயிட்டா வெளிய யாருக்கும் சந்தேகம் வராதா?"

"நீ இருந்ததுக்கு என்ன அடையாளம்? உன் ஐடி கார்டா?"

கலகலப்பாகச் சிரித்தாள். முகத்தில் பச்சை நரம்பு நொடிப்பொழுது தோன்றி மறைந்தது.

கோபமும் ஆற்றாமையும் உள்ளுக்குள் கொப்பளிக்க ஓட்டமும் நடையுமாய் அவளைவிட்டு விலகினான். நடக்கநடக்க நீண்டுகொண்டே போகும் கண்ணாடிப் பாதைகள்! இனம்புரியாத ஆபத்தில் சிக்கிக்கொண்ட பதற்றம். திசை நான்கும் அழிந்துவிட்டதாக ஒரு அச்சவுணர்வு. உடல் தளர்ந்து கண்கள் சோர்ந்து நின்றவனின் பார்வை, எதிரே கறுப்புத்

துணியால் மூடப்பட்ட பிரம்மாண்ட கண்ணாடிப் பேழையின் மீது விழுந்தது. கால்கள் தன் கட்டுப்பாட்டை மீறி இயங்குவதை அவன் உணர்ந்தபோது அப்பேழைக்குள் நுழைந்திருந்தான்.

இருள் அவனை முழுவதுமாக விழுங்கிக்கொள்கிறது. பெருங்குரல் எடுத்துக் கத்துகிறான். யாரிடமிருந்தும் எந்தப் பதில்மொழியும் இல்லை. அறையை விட்டு வெளியேற முடியாமல், பார்வையற்றவன்போல இங்குமங்கும் துழாவுகிறான். விதியின் போக்கில் தன்னை ஒப்புக்கொடுத்தவனாகத் தலைகுனிந்து அமர்கிறான். கால்களைக் கட்டிக்கொண்டு கதறி அழுகிறான். ஒட்டுமொத்த நம்பிக்கையும் சுக்குநூறாக உடைகிறது. அழுது களைத்தவன் கனத்த அமைதிக்குள் மூழ்கியபோது ஒரு குரல் கேட்கிறது.

அவனுக்கு மிகவும் பரிச்சயமான குரல். அவனுடைய குரல். பயந்து சுற்றும்முற்றும் பார்க்கிறான், அவனுள் இருந்துதான் அக்குரல் ஒலிக்கிறது. மிகவும் நெருக்கமான அவனது கடந்தகால நினைவுகளைச் சொல்லி அச்சத்தைப் போக்குகிறது. ஆசுவாசப்படுத்துகிறது. அப்போது திடீரெனப் பிரவாகித்த ஒளியில் கண்கள் கூசுகின்றன. அவனைச் சுற்றிலும் பல அடுக்குகளில் வெவ்வேறு உயரக் கண்ணாடிகள். ஆச்சரியமாகத் தன் பிம்பங்களைக் கூர்ந்துபார்க்கிறான். அவனுடைய 'நான்' ஒன்றாக... இரண்டாக... பலவாக... அக்கண்ணாடிகளில் பிரதிபலித்து அவனை முற்றாகச் சூழ்கின்றன. பின், ஒவ்வொன்றாக அவனிடம் உரையாடத் தொடங்குகின்றன. எப்போதோ எங்கோ பேச மறந்த... தவிர்க்கப்பட்ட உரையாடல்கள்... ஒன்று அவனைக் குறைகூற... மற்றொன்று நன்றி தெரிவிக்கிறது... சில பாராட்டுகின்றன... இன்னும் சில மௌனம்காக்கின்றன. சொற்கள் பெருகப்பெருகக் கண்ணாடிகளில் அவனின் பிரதிபலிப்புகளும் கூடுகின்றன. அவனது 'நான்' பல்கிக்கொண்டேபோகிறது. காலமற்ற பெருவெளியில் அவன் வீசப்பட்டிருப்பதை உணர்கிறான். உள்ளும்புறமும் தன் 'நான்'களால் நிறைந்துவழிகிறான். ஒருகட்டத்தில் அவனது 'நான்'களின் எல்லாக் குரல்களும் ஒருசேர ஒலிக்கின்றன. பேசப்பேசச் சத்தம் தாளாமல் காதுமடல்களை இரண்டு கைகளாலும் மூடிக்கொள்கிறான். ஒட்டுமொத்த குரல்களும் பெருஞ்சப்தமாக ஒருசேர, செவிகளைப் பொத்தியிருந்த கைகள் விலகுகின்றன. தன்னுடைய குரல்களுக்குத் தன்னை முழுவதுமாக ஒப்புக்கொடுக்கிறான். பல நாட்களாகப் பேச நினைத்த உரையாடல்கள். அதன்

நேர்மைத்தன்மை அவனை அடிபணியவைக்கிறது. குரல்களின் பெருவெளியில் காணாமல்போகிறான். அந்தரத்தில் உடல் மிதக்கத் தொடங்குகிறது. அங்கு வெறும் குரல்கள் மட்டுமே கேட்கின்றன. பல வருடங்களின் பேச்சுகள் பேசப்பட்டுத் தீர்ந்ததும், அவனின் 'நான்'கள் இறுதியாக மௌனமாகின. பிரபஞ்சத்தின் பேரமைதி. அவனது உடல் எடையிழந்து ஒரு இறகைப் போல் மெல்லத் தரையிறங்குகிறது. அவனின் 'நான்'கள் மொத்தமாகக் கண்ணாடிகளிலிருந்து கைகளை நீட்டி அவனைத் தாங்கிக்கொள்கின்றன. பின் ஒவ்வொன்றாக விடைபெற, கணப்பொழுதில் அவனுள் பெருவெடிப்பாக வெடித்துச் சிதறி மறைகின்றன. சுயம் இழந்து மயங்கிவிழுகிறான்.

கண் விழித்துப் பார்த்தபோது முன்பு எப்போதும் உணர்ந்திராத சுதந்திரம் வாய்க்கப்பெற்றதாகத் தோன்றிற்று. தன் இருப்பை முதன்முறையாக உணர்கிறான்.

அதன் பின் அவன் பலமுறை அக்கண்ணாடிப் பேழைக்குள் விரும்பிச்சென்றிருக்கிறான். எந்தத் தயக்கமுமின்றித் தன் 'நான்'களோடு உரையாடிவிட்டு வருவான். "அது உன்னோட குரல்தான். ஆனா, வெளியே போனா அந்தக் குரல் கேக்காது" என்றார் பெரியவர். ஏன் என்று அவன் கேட்கவும், "அந்தக் குரல் நேர்மையானது. சுதந்திரமானது. வெளிய யாரும் அதைக் கேட்க விரும்பறதில்ல" என்றார்.

அவனுக்குக் கண்ணாடி உலகம் விசித்திரமாகவும் விநோதமாகவும் கூண்டுக்குள் அடைபட்டிருப்பதைப் போலவும் இருந்தாலும் ஒருவிதத்தில் ஆசுவாசமாகவும் சுவாரசியமாகவும் இருந்தது. இசையைச் சுவாசிப்பது வாழ்தலை ரம்மியமாக்கியது. உள்ளிருந்து ஒரு குரல் எப்போதும் அவனோடு உரையாடிக்கொண்டிருந்தது.

கண்ணாடி உலகில் நேற்றும் இன்றும் ஒன்றாக இருக்கவில்லை. மரங்கள் ஒரே மாதிரியான பூக்களைப் பூப்பதில்லை. பாதைகள் மாறிக்கொண்டே இருந்தன. ஒவ்வொரு நாளும் வெவ்வேறு இசைக்கருவிகள் ஒலித்தன. எதிலும் நிலையற்ற தன்மை அவனைப் பரசவப்படுத்தியது. நித்தம் ஒரு கண்ணாடி இருப்பிடத்தில் தங்கினான். விழித்துப்பார்க்கும்போது தங்குமிடம் உருமாறியிருக்கும்.

இங்கே கடிகார முட்களுக்கு அஞ்சி ஓட வேண்டாம் என்ற எண்ணமே பரமதிருப்தியைத் தந்தது அவனுக்கு. நகரின்

இரைச்சலற்ற நித்திய அமைதி. "கண்ணாடிக்கு வெளிய ஓடிட்டே இருக்கணும். அங்க எழுதப்படாத பல சட்டங்கள் இருக்கு" என்றார் பெரியவர்.

பெரியவரோ அந்தப் பெண்ணோ அவனிடம் பலமுறை பேசியிருந்தாலும் யாரும் தன்னை அறிமுகப்படுத்திக் கொள்ளவில்லை. பெயரைக்கூட சொல்லவோ கேட்கவோ இல்லை. பெயரில்லாமல் வாழ்வது பிடித்துப்போனது. பல கேள்விகளுக்கான ஆரம்பப் புள்ளி அதுவே என அவனுக்குத் தெரியும்.

பெரியவர் பெரும்பாலும் கண்ணாடித் தோட்டத்தில் தனியாக அமர்ந்திருப்பார், உள்ளங்கையில் பந்தோடு. சிலசமயம் திடீரென்று பாடுவார், 'ராஜராஜ சோழன் நான்'. பின் அவராகவே சொல்வார், "நான் பெரிய மன்னனாக்கும்!" பெரியவரின் முகமும் உடலும் வயதுக்குப் பொருந்தாதவொன்றாய் அதிகப் பொலிவுடன் உற்சாகமாக இருப்பதைப் பற்றி அவளிடம் கேட்டான்.

"கண்ணாடியோட முன்பக்கம் இருக்குற முகத்துக்குதான் வயசாகும். சுருக்கம் விழும். அப்படியே குழைஞ்சு அழிஞ்சு ஒண்ணும் இல்லாமப்போகும். நம்ம கண்ணாடிக்கு மறுபக்கம் இருக்குறவங்க. நம்ம உடம்பு திரவத்துக்குள்ள ஊறவச்ச மாதிரி அப்படியே இருக்கும். எப்படி உள்ள வந்தோமோ அப்படியே..." என்றாள் தனிமையில்.

"கடைசிவரைக்குமா?"

தனிமை பொங்கி வழியும் அவனின் கண்களை, பதில் சொல்லாமல் உற்றுப்பார்த்தவள், அவனது விரல்களை மெல்லப் பற்றி முகத்தைத் தன்பக்கமாகத் திருப்பினாள். தன் வழவழப்பான சிவந்த உதடுகளை அவனது உலர்ந்த உதடுகளில் அழுத்தமாய்ப் பதித்தாள். எதிர்பாரா முத்தத்தின் ஸ்பரிசத்திலிருந்து மீள அவனுக்குச் சில விநாடிகள் பிடித்தன. தன்னைத் தொகுத்துக்கொண்டு மிக இயல்பாகக் கேட்டான்.

"இதுவர யாரும் உங்களைத் தேடிவந்தது இல்லயா?"

அவளின் முகப்பொலிவு கணநேரத்தில் மறைந்துபோனது. "என்னை யாரு தேடப்போறா? ஒருவேளை என் குழந்தை உயிரோட இருந்துருந்தா தேடிருப்பா." நீண்ட மௌனத்திற்குப்

பின் சொன்னாள், "எங்க மூணு பேரையும் இதுவரை யாரும் தேடல."

"மூணு பேரா? நீங்க ரெண்டு பேர். அப்புறம் இந்தப் பூனை. வேற யாரையும் இதுவர நான் பாக்கல!"

"இன்னொருத்தர் இருந்தாரு. நாற்பது வயசு ஆளு. நீ உள்ள வரும்போதுதான் வெளிய போனார்."

"உள்ள வரும்போதா?"

"ஆமா! நீ கண்ணாடிக்குள்ள வரும்போது. பாக்கல? பச்சைச் சட்டை?" கண்கள் ஜொலிக்க அவனைப் பார்த்தாள்.

"இல்ல"

"அப்போ சரிதான். பாக்க முடியாதுனு பெரியவர் சொன்னார்."

"வந்த வழியாவே வெளிய போகலாமா? அப்போ அன்னிக்கு எனக்கு மட்டும் ஏன் கதவு திறக்கல?" பொறுக்க மாட்டாமல் கேள்விகளாக வீசினான்.

"யாராவது வெளிய இருந்து உள்ள வரும்போதுதான் உள்ள இருக்கறவங்க வெளிய போக முடியும். அப்பதான சமன்பாடு சரியாவரும்." நிதானமான குரலில் மேலும் சொன்னாள்... "அவருக்கும் இவ்வளவு நாளா வெளிய போகணும்னு எண்ணம் இல்ல. திடீர்னு ஒருநாள் நாம வாழ்றது முட்டைக்குள்ள அடைபட்ட வாழ்க்கை. எனக்கு விடுதலை வேணும். அது இதுனு என்னென்னமோ பேசினார். விடுதலைனு ஒண்ணு கிடையாதுனு பெரியவர் எவ்வளவு சொல்லியும் அவரு கேட்கல. வெளிய போயே ஆகணும்னு ஒத்த காலுல நின்னாரு. அன்னிக்குத்தான் அந்தப் பந்து கண்ணாடில மோதி உள்ள வந்து விழுந்துச்சு. அதை எடுத்துவச்சுட்டு தொடர்ந்து எறிஞ்சுட்டே இருந்தாரு. அப்பதான் சத்தம் கேட்டு நீ வருவ. நீ வந்தா அவர் வெளிய போகலாம்னு."

"அப்போ வேணும்னேதான் என்னைய இங்க மாட்டி விட்டீங்களா?" குரலில் சீற்றம் ஓங்கியது.

"நீயும் எத்தனை நாள்தான் வெளிய தனியா இருப்ப?" மிக இயல்பாக இதைச் சொல்லி அவன் கைகளைப் பற்றினாள். அவளது கூற்றின் உண்மைத்தன்மை சுரீரென்றிருந்தது அவனுக்கு.

தன்னை இங்கே நிரந்தரமாகச் சிறைபடுத்திவைக்கவே, அவள் தன்னோடு நெருங்கிப் பழகுவதாக எண்ணம் எழவும், ஏமாற்றத்தின் கசப்பு உடலெங்கும் பரவ அவளின் கைகளை உதறிவிட்டான்.

நினைத்த நேரம் உறங்கி எழுந்து கண்ணாடி உலகை வெறுமனே வேடிக்கைபார்த்தபடி இருப்பது அவனுக்குப் போகப்போகச் சலிப்பைத் தந்தது. கண்ணாடி உலகின் இரைச்சலற்ற அமைதி மூச்சுமுட்டியது. சத்தங்களுக்குப் பழகிப்போன செவிகள் பரபரப்பற்ற சூழலை வெறுத்தன. 'தேவை' என்ற ஒன்று இங்கு இல்லாததால் பொழுதுகள் அர்த்தமற்றதாகத் தோன்றின. "அப்படி நம்மள நம்பவச்சுட்டாங்க" என்ற பெரியவரின் கூற்று அவனைச் சமாதானப்படுத்த போதுமானதாக இல்லை.

கண்ணாடிப் பேழையின் பிம்பங்கள் அவனைக் கோழை என்றன. வாய்ப்புக்குக் காத்திருக்கும் திருடன் என்றன. அவனிடம் பதிலேதும் இல்லை. கண்ணாடிப் பேழைக்குப் போவதைக் கொஞ்சம்கொஞ்சமாகக் குறைத்துக்கொண்டவன், பின் முற்றாக நிறுத்திவிட்டான்.

அவனது கால்கள் மீண்டும் இயந்திர ஓட்டத்தை நாடின. வெறுமை அவனை முழுதாக ஆட்கொள்ள, அவளின் அண்மையும் அவனுக்குப் பழைய கிளர்ச்சியைத் தரவில்லை. பெரியவரும் அவளும் தன்னிடம் பல உண்மைகளை மறைப்பதாகத் தோன்றிற்று. வேண்டுமென்றே அவளின் குழந்தையைப் பற்றி அடிக்கடி உரையாடினான். அப்போதெல்லாம் அவளின் சமநிலை குலைவதைக் கண்டு உள்ளூர ஆசுவாசம் அடைந்தான். அதேநேரம் அவளிடம் வேண்டியதைக் கேட்டுத் தெரிந்தும்கொண்டான்.

"வெளிய போனவரு இங்க நடக்குறதச் சொல்லி உதவிக்கு ஆள் கூட்டிவர வாய்ப்பு இருக்குல?"

"மாட்டாரு! அப்படியே அவர் நெனைச்சாலும் முடியாது. இங்கிருந்து வெளியே போன அடுத்த நிமிஷமே இப்படியொரு உலகம் இருக்குற நெனைப்பே மறந்துபோயிரும். ஆனா ஒரு விஷயம், வெளியே போனதுக்கு அப்புறம் நீயே நெனைச்சாலும் காலத்துக்கும் உன்னால திரும்பி உள்ள வர முடியாது!"

மீள முடியாத சுழிக்குள் சிக்கிக்கொண்டதைப் போல் உணர்ந்தான். இரவு உறக்கக் கனவுகள் நின்றிருந்தன. கனவுகள்

உதிக்காத படுக்கை சவப்பெட்டியாகத் தோன்றிற்று. கண்கள் கூட்டநெரிசலைத் தேடின. தன் வீட்டுப் படுக்கையறையைக் கண்ணாடியினூடே அடிக்கடி ஏக்கத்தோடு பார்த்தபடி இருந்தான். அதை அவர்கள் அறியாமல் பார்த்துக்கொண்டவன், வாய்ப்பை எதிர்நோக்கித் தனித்துக் காத்திருந்தான்.

ஒரு மாலை வேளையில் வெளியே காலடியோசை கேட்கவும், மூவரும் ஒருசேரப் பரபரப்படைந்தனர். ஒருவரையொருவர் இடித்துத்தள்ளி கண்ணாடியின் மறுபக்கத்தில் முகத்தைக் கோணலாய் அழுத்திவைத்து வெளியே நோட்டமிட்டதில், அவர்களின் மூக்கும் கன்னங்களும் புருவங்களும் ஏடாகூடமாகப் பதிந்து விநோதமாக இருந்தன.

"இவனும் சொல்லாமகொள்ளாம எல்லாச் சாமானையும் விட்டுட்டு எங்கேயோ போயிட்டான். முன்னாடி இருந்தவங்களாச்சும் மாசக்கணக்குல இருந்து காணாமப்போனாங்க. இவன் ரெண்டு வாரம்கூட முழுசா இல்ல."

யாரிடமோ ஃபோனில் பேசியபடி கனகராஜ் புரோக்கர், வீட்டில் அங்கங்கே சிதறியிருந்த பொருட்களையும் படுக்கையில் கலைந்துகிடக்கும் ஜீன்ஸ் பேண்ட் டீஷர்ட்களையும் அலமாரியில் இஸ்திரி போட்டு அடுக்கப்பட்ட துணிமணிகளையும் மற்ற உடைமைகளையும் மொத்தமாக மூட்டைகட்டி மாடிப்படி ஏறினார்.

கண்ணாடியின் பின்பக்கத்திலிருந்து மூவரும் பார்த்துக் கொண்டிருந்தனர்.

"என் ஐடி கார்டையும் மூட்டகட்டிட்டான்" என்றான்

"நீ இருந்ததுக்கான கடைசி அடையாளமும் போச்சு" என்று சிரித்தார் பெரியவர்.

மொட்டைமாடி அறைக்கதவைத் திறக்கும் ஓசை கேட்டது. சில நிமிடங்கள் கழித்து, வெறுங்கையோடு இறங்கி வந்த கனகராஜ், டீப்பாயின் மேலிருக்கும் பச்சைவெள்ளை வயர் கூடையை எடுத்துக்கொண்டு கிளம்பினார்.

அடுத்த நாள், வாசல் கதவு திறக்கும் ஒலியும் அதைத் தொடர்ந்து புதுக் குரல்களின் பேச்சரவமும் சன்னமாகக் கேட்டன.

"சார் நான் சொன்ன மாதிரி ஃபுல் ஃபர்னிஷ்ட். ஜன்னல மட்டும் திறந்துவச்சுருந்தா போதும். காத்து சும்மா அவுத்துவிட்ட கன்னுக்குட்டி மாதிரி ஓடிவரும். சென்னையில இப்படி அமையுமா? உள்ள ரெண்டு பெட்ரூம் இருக்கு. போய்ப் பாருங்க." தடித்த ஆளிடம் கனகராஜ் புரோக்கர் விளக்கிக்கொண்டிருந்தார்.

"நம்மகிட்ட ஏற்கெனவே பொருட்கள் நெறையா இருக்குலங்க" என்று அவர் மனைவி அலுத்துக்கொண்டபோது, அம்மாவின் கையை உதறிய குழந்தை பெரிய ஹாலைப் பார்த்ததும் தனக்குள் பேசிக்கொண்டு சந்தோஷமாய்க் கைதட்டி ஓடியது.

"வீடு நல்லா பிரம்மாண்டமாத்தான் இருக்கு. ஆனா, வீடு ஒருமாதிரினு கேள்விபட்டேன். நான் அதையெல்லாம் நம்புற ஆளில்ல. ஆனா, இவ பயப்படுறா!"

"ஒரு மாதிரினா?" என்று கேட்டார் புரோக்கர்.

"ஏதோ ராசி இல்லாத வீடு! வாடகைக்கு வரவங்க சொல்லாமகொள்ளாம கிளம்பிப்போயிருவாங்கனு."

"சார்! இதுக்கு முன்னாடி வாடகைக்கு இருந்த ஆட்கள் அப்படி. முதல்ல ஒரு வயசானவர் தனியா இருந்தாரு. பசங்களோட சொத்துப் பிரச்சினை. முழுச் சொத்தையும் ஒரு ஆர்ஃபனேஜுக்கு எழுதிவச்சுட்டு எங்கேயோ போயிட்டாரு. அடுத்து ஒரு டைவர்ஸ் ஆன பொம்பள இருந்துச்சு. குழந்தையும் இல்லபோல. ஒரு மாதிரினு அக்கம்பக்கத்துல பேச்சு. அதெல்லாம் நமக்கு எப்படி சார் முன்னாடியே தெரியும்? சின்ன வயசுப் பையன்கூட ஓடிப்போனதா சொல்றாங்க. கடைசியா ஒரு நாற்பது வயசு ஆளு இருந்தாரு. காசு மேட்டர். கம்பெனில துட்டு அடிச்சு மாட்டி ஓவர்நைட்ல ஆளு எஸ்கேப். இப்படி வந்து அமைஞ்சா நான் என்ன சார் செய்ய முடியும்? இல்ல வீடுதான் என்ன பண்ணும்? அப்புறம் கொஞ்ச நாளைக்கு வேற யாருக்கும் வாடகைக்கு விடல. சின்ன ரிப்பேர் வேலை போயிட்டுருந்துச்சு. அது முடிஞ்சதும் நீங்கதான் ஃபர்ஸ்ட் வரீங்க. நல்ல ஃபேமிலியா அமையுதா பாருனு ஓனரும் சொல்லிட்டாரு. இதுக்கு முன்னாடி எல்லாம் தனிக்கட்டைங்க. அதான் பிரச்சினை."

குழந்தை ஒவ்வொரு அறையாக, கையில் பொம்மையோடு ஓடிக்கொண்டிருந்தது.

"சார்! வாங்க மொட்டமாடியக் காட்றேன். மேலயும் சின்ன ரூம் ஒண்ணு இருக்கு. கொஞ்சம் பழைய பொருட்கள ஓனர் அதுக்குள்ளதான் பூட்டிவச்சுருக்காரு. அந்த ரூம தவிர மீதி எல்லாம் நீங்க புழங்கிக்கலாம்."

ஆளுயரக் கண்ணாடியில் தன்னைப் பார்த்துச் சிரித்தது குழந்தை. கண்ணாடியின் மறுபக்கம் இருப்பவளின் கண்கள் ஒளிர்ந்தன. குழந்தையை விழுங்கிவிடுவதைப் போல் இமைக்காமல் வெறித்தாள்.

அவளது பார்வையின் தீவிரத்தை நொடிப்பொழுதில் உணர்ந்தான். மூளை அவசரகதியில் செயல்பட்டது, "குழந்தை புஸ்புஸ்னு நல்லா அழகா இருக்குல?" என்றான்.

"ஆமா, அப்படியே என் குழந்தை மாதிரியே! என்றாள். "இல்ல, என் குழந்தையேதான்டா!" அவளின் விழிகளில் பல வருடங்களின் தவிப்பும் ஏக்கமும் திரண்டுநின்றன.

அவனும் சட்டென்று பரபரப்பானான். பூனையின் கழுத்தில் தொங்கும் மணியைக் கழற்றி ஓசை எழுப்பினான்.

"தம்பி இது தப்பு. குழந்தைய இதுல இழுக்க வேணாம்."

பெரியவரின் எச்சரிக்கையை அவன் காதில் வாங்கவில்லை. இன்னும் வேகமாக மணியை ஆட்டினான். கண்ணாடியை நோக்கி குழந்தை மெல்ல நடந்துவந்தது.

"அப்படியே என் குழந்தைதான். டேய்! எனக்கு என் குழந்தை வேணும்டா." அவளின் குரல் உச்சம் அடைந்திருந்தது.

"உனக்கு என்ன கிறுக்கு பிடிச்சுருச்சா?" என்ற பெரியவரை எரித்துவிடுவதைப் போல் முறைத்தாள்.

பெரியவர் இப்போது அவனை நோக்கி, "தம்பி, இது சரி கிடையாது!" என்றார். அவனும் பொருட்படுத்தவில்லை. வேகமாக அவனிடமிருந்து மணியைப் பிடுங்கினார்.

"பெருசு! சும்மா இருக்க மாட்ட." பெரியவரை ஆவேசமாகத் தள்ளிவிட்டான். பூனை சீறியபடி அவன் மீது பாய்ந்தது. மறைந்திருந்த கூர்நகங்கள் வெளிப்பட்டன. கெண்டைக்காலில் விடாமல் பிராண்டியது. வலியில் கத்தினான்.

"சனியனே போ." மொத்த சக்தியையும் ஒன்றுதிரட்டி பூனையை எட்டி மிதித்தாள். கத்தியபடி தள்ளிப்போய் விழுந்தது. "டேய்!

எனக்கு அந்தக் குழந்தை வேணும்டா” என்றாள். கண்கள் சிவந்திருந்தன.

மாடியிலிருந்து ஆட்கள் பேசியபடி இறங்கிவரும் ஓசை கேட்டது. வெறிபிடித்தவனைப் போல் மணியை ஆட்டினான். சத்தம் கேட்டு கண்ணாடியை நோக்கிச் சிரித்தபடி குழந்தையும் நெருங்கியது. பெரியவர் கத்தி வடிவக் கூர்மையான கண்ணாடியால் அவனைத் தாக்க முனைந்தார். மிதிபட்ட வேகத்தில் எழுந்த பூனை அவன் மீது பாய்ந்தது. குழந்தையும் அவனும் ஒருசேர கண்ணாடியில் கைகளை நீட்டினர். முட்டை ஓட்டில் மெல்லிய விறிசல் விடும் சத்தம்!

“**நெ**க்ஸ்ட் ஸ்டாப் கோடம்பாக்கம்” என்ற அறிவிப்பைத் தொடர்ந்து தோளில் தொங்கும் மடிக்கணினிப் பையைச் சரிசெய்தபடி வெளியே எட்டிப்பார்த்தான். நுங்கம்பாக்கம் ரயில் பாலத்தின் கீழ் தார்ச்சாலையில் சாரைசாரையாய் நகரும் வாகனங்கள் நிமிடப் பொழுதில் பின்னுக்குப்போயின. நெருக்கிநிற்கும் பல முகங்களின் மூச்சுக்காற்று ஒருசேர அவன் பின்னங்கழுத்தில் உஷ்ணமாய் வீசியது.

‘ராஜராஜ சோழன் நான்...’

குரல் வரும் திசையில் திரும்பிப்பார்த்தான். உள்ளொடுங்கிய வயிறும் சுருக்கங்கள் படர்ந்த முகமுமாகக் கூட்ட நெரிசலினூடாய்ப் பாடிக்கொண்டிருந்தார் கிழவர்.

“ராஜராஜ சோழனுக்கே இந்த நிலைமையா?” என்று சிரித்த பச்சைச்சட்டைக்காரன் அந்தக் கிழவரின் உள்ளங்கைக் குழிக்குள் சில்லறைகளை வீசினான்.

கறுப்பு பிரேம் போட்ட தடித்த மூக்குக்கண்ணாடியைச் சரிசெய்தபடி கிழவர் சொன்னார், “நான் மன்னனாக்கும். அதான் எல்லாவனும் கப்பம் கட்டுறானுங்க. பிச்சை இல்ல.”

சுற்றி நின்றிருந்த கூட்டம் கிழவரைப் பார்த்துச் சிரித்தது. அவரும் சேர்ந்து சிரித்தார். கோடம்பாக்கம் ரயில் நிலையத்தின் பெயர்ப்பலகை தெரிந்தது. உள்ளே வருவதும் வெளியே போவதுமாய்ப் பல முகங்கள் ஒன்றோடொன்று முட்டிமோதிக் கடந்தன. இறங்கியதும் மடிக்கணினியையும் பர்சையும் சரிபார்த்துக்கொண்டான். ரயில் நிலையத்தின் நீண்ட படிக்கட்டுகளில் தன் வழக்கமான இடத்தில் கடைவிரித்திருந்த

கிழவி, வாழைப்பழங்களை பிளாஸ்டிக் கவரில் வைத்து அவனிடம் நீட்டினாள்.

“இன்னிக்கு வாழைப்பழம். இருபதுக்கு நாலு.”

நூற்றுக்கணக்கான மண்புழுக்கள்போல நெளியும் அவளின் முகச்சுருக்கங்களை உற்றுப்பார்த்து பிளாஸ்டிக் பையை வாங்கிக்கொண்டு பத்து ரூபாய்த் தாள்கள் இரண்டை நீட்டினான்.

சமீபத்தில் பெய்த மழையில் ரயில் நிலையத்தை ஒட்டிய சாலை சகதிக்காடாகத் தோற்றமளித்தது. கணுக்காலுக்கு மேல் பேண்டை மடித்துவிட்டுக்கொண்டு பாலத்தினடியில் நடந்தான். கட்டுப்பாட்டை இழந்த பைக்காரன் ஒருவன் ஒருபக்கமாகச் சரிந்து விழ, கூட்டம் சேர்ந்தது. இவனும் சாலையின் நடுவே நின்று வேடிக்கைபார்த்தான். “ஒன் அப்பன் வீட்டு ரோடா?” ஆட்டோக்காரன் திட்டிவிட்டுப்போனான்.

தீப்பெட்டி போன்ற வீடுகள் நெருக்கமாக இருக்கும் தன் குடியிருப்புக்குள் நுழைந்தபோது வியர்வையில் நனைந்த சட்டை அவனது முதுகோடு ஒட்டியிருந்தது. பக்கத்துக் குடியிருப்பின் கண்ணாடி ஜன்னலில் முகம் புதைத்திருந்த குழந்தை இவனை நோக்கிக் கையசைத்தது. நடைபாதையில் வரிசையாகக் கால்நீட்டி அமர்ந்து சத்தமாகப் பேசிக்கொண்டிருக்கும் பெண்களையும் நெருக்கடிக்குள் ஓடிப்பிடித்து விளையாடும் பொடிசுகளையும் கவனமாகக் கடந்து தன் ஒற்றையறை வீட்டை அடைந்ததும் பெருமூச்சுவிட்டான். கதவைத் திறந்த வேகத்தில் மிரண்டுபோன சாமபல்நிறப் பூனை, ஜன்னல் கம்பிகளின் இடையே தன் மெலிந்த உடலை நுழைத்துக் குதித்தோடியது.

வியர்வை நாற்றம் வீசும் தன் சட்டையை அறையின் மூலையில் சுருட்டி எறிந்தான். உருவம் வெளுத்துப்போன தன் அலுவலக அடையாள அட்டையை அலமாரி நடுத்தட்டில் வைத்த பின், பாதரசம் மங்கிய உள்ளங்கையளவு முகக்கண்ணாடியில் தன் சோர்ந்த முகத்தை அவன் வெறித்துக்கொண்டிருந்தபோது பசி உறைத்தது. இரண்டு முட்டைகளை எலெக்ட்ரிக் அடுப்பில் வேகவைத்துவிட்டு பிளாஸ்டிக் நாற்காலியில் சரிந்து உட்கார்ந்ததும் அயர்ச்சியில் கண்ணிமைகள் தானாகச் சொருகின.

"சார்! நான்தான் புரோக்கர் கனகராஜ் பேசறேன். நீங்க கேட்ட மாதிரியே டபுள் பெட்ரூம் வீடு! அண்ணா நகர்ல."

சட்டை அணியாத மேலுடம்போடு பக்கத்து வீட்டு கனகராஜ் வாசலில் நடந்தபடி சத்தமாய்ப் பேசிக்கொண்டிருந்தார்.

"வசதியான ஏரியா. ஃபுல் ஃபர்னிஷ்ட். வாடகை இருபதாயிரம். ஆறு மாசம் அட்வான்ஸ். தனிவீடு. உங்க பெரிய ஃபாமிலிக்கு கரெக்டா இருக்கும் சார். போட்டோ அனுப்பறேன். பாருங்க."

எரிச்சலாய் வந்தது. எழுந்துபோய் வாசல் கதவை மடாரென்று சாத்திவிட்டு வியர்த்த உடலோடு நாற்காலியில் சாய்ந்தான். திரும்பிவர முடியாத ஏதோவொன்றுக்குள் நிரந்தரமாய்த் தொலைந்துபோக வேண்டுமெனத் தோன்றியது.

எலெக்ட்ரிக் அடுப்பில் வேகும் முட்டைகளின் ஓட்டில் கீறல் விட்டிருப்பதை வெறித்துக்கொண்டிருந்தான். புருவத்துக்கு நேர்மேலே யாரோ உட்கார்ந்துகொண்டு நெற்றியில் பந்து எறிந்து விளையாடுவதைப் போல் தலைவலித்தது.

●

தங்கமீன்

1

நண்பா! நம் இரு தரப்புக்கும் இடையேயான இந்தப் பல வருடப் போரில் நான் இரவைவிடப் பகலைக் கண்டுதான் அதிகம் அஞ்சுகிறேன். உனக்குத் தெரிந்ததுதான். போர்க்காலத்தின் விடியல் பொழுது ஏமாற்றங்கள் நிறைந்தவை. இரவின் இருட்டில் நடந்தேறிய கொடுமைகளைப் பகல் அப்படியே திரைதூக்கிக் காட்டிவிடும். உயிர்வாழ இன்னுமொரு பொழுது போராட வேண்டியிருக்கும் என்ற அறிவிப்புதான் இங்கு விடியல்.

உள்ளங்கையில் மினுங்கும் தோட்டாக்களை ஆட்காட்டி விரலால் உருட்டியபடி மேலும் சொன்னான், யோசித்துப்பார்த்தால் போர் சூழ்ந்த இந்நிலத்தில் இரவு பகல் இரண்டுக்கும் பெரிய வித்தியாசமொன்றும் இருந்ததில்லை. ஆனால், அப்போது கண்ணாடித் தொட்டியில் இரு அழகிய தங்கமீன்களை வளர்த்த என் சிறுவயது உற்சாகத்துக்கு முன்னால் இவை எதுவும் ஒரு பொருட்டில்லைதானே!

கேட்டுக்கொண்டிருந்த எதிர்த்தரப்பு ராணுவவீரன் ஆமோதிப்பதைப் போல் தலையசைத்தான். தங்கமீன்கள் என்றதும் அவனது முகத்தில் வெளிப்படையான உற்சாகம் தெரிந்தது. தன் ஒடிசலான இளமுகத்துக்குச் சற்றும் பொருந்தாத பெரிய கரும்பச்சைநிறத் தலைக்கவசத்தைக்

கழற்றி முள்வேலியோரம் வைத்துவிட்டு சிகரெட்டைப் பற்றவைத்தான். இருவரும் சில நிமிடங்கள் சிகரெட்டைப் பகிர்ந்துகொண்டு மௌனமாக அமர்ந்திருந்தனர். சற்று தொலைவில் துப்பாக்கிகள் இயங்கும் சத்தம் விட்டுவிட்டுக் கேட்டபடி இருந்தது.

தடைசெய்யப்பட்ட அமைப்பின் ஆயுதப் போராளி மீண்டும் பேசத் தொடங்கினான்.

சிறுவயதில் எனக்கு இப்போதிருக்கும் உறுதியான உடற்கட்டு வாய்த்திருக்கவில்லை. தோல் மேலாடையால் எலும்புக்கூட்டைப் போர்த்தியது போன்றுதான் நோஞ்சானாக இருப்பேன். ஆனால், என் மெலிந்த கைகளுக்குக் கண்ணாடி மீன்தொட்டி என்றுமே பாரமாக இருந்ததில்லை. நான் வளர்த்த இரு மீன்களும் அத்தனை அழகு. அச்சு அசலாக ஒரே மாதிரியான பளபளக்கும் நிறக்கலவை. சின்னது பெரியது என்பதைத் தாண்டி இரண்டுக்கும் வேறு எந்த வேறுபாடும் கிடையாது. மினுங்கும் முட்டை வடிவ உடல்வாகு. வழமையான தங்க நிறத்தில் அடர்சிவப்பும் மஞ்சளும் சேர்ந்த ஒற்றைவால் தங்கமீன்கள் அவை.

முகத்தை எதிர்த்தரப்பு ராணுவவீரனுக்கு மிக நெருக்கத்தில் கொண்டுபோய்க் கிசுகிசுக்கும் குரலில் கூறினான்: ஒரு ரகசியம் சொல்லட்டுமா? என் தங்கமீன்கள் இரண்டையும் ஓர் அழகிய இளம்பெண்தான் பிரசவித்தாள் என்றால் நீ நம்புவாயா நண்பா! சொல்லப்போனால் அவை இரண்டு மட்டுமல்ல. நூற்றுக்கணக்கான தங்கமீன்களை உங்களின் குண்டு பொழிவுகளுக்கு மத்தியில் அவள் ஈன்றெடுத்துக்கொண்டிருந்தாள்!

அவன் சொல்லப்போவதைக் கேட்க, எதிர்த்தரப்பு ராணுவவீரன் தன் ரேடியோவை அணைத்துவைத்தான். அதன் கரகரச் சத்தம் முற்றிலும் ஓய்ந்ததும் இரவு மேலும் அமைதியானது. மிகத் தீர்க்கமான குரலில் போராளி பேசத் தொடங்கினான்.

எங்கள் நகருக்கு முற்றிலும் பரிச்சயப்படாத முகம் அவளுடையது. போர்ச்சூழலுக்கு மத்தியில் திடீரென்று ஒருநாள் தோன்றினாள். அதற்கு முன் யாரும் அவளைப் பார்த்ததில்லை. ஏழே நாட்களில் பிரபஞ்சம் படைக்கப்பட்டதைப் போல் அவளது வண்ணமீன் கடையும் திடீரென முளைத்திருந்தது. அவளைச் சுற்றி இதே போன்ற மர்மங்களுக்குப் பஞ்சம் இருந்ததில்லை.

ஆனால், ஊரார் முணுமுணுப்புகளுக்கு வேறொரு காரணமும் இருந்தது. அது அவளின் வசீகர அழகு. இளம்பெண்களைக்கூட ஒருகணம் வெறித்துப்பார்க்கச் செய்யும் அவளது நடையின் வேகமும் அழகும் அலாதியானவை. வெயிலின் பிரதிபலிப்பில் கூடுதலாகப் பளபளப்பாள். அவள் கடந்துபோகும் நொடியில் அரிய நறுமணம் காற்றில் நிறைந்திருக்கும்.

இதைச் சொல்லிமுடித்ததும் போராளி பெருமூச்சுவிட்டான். அவன் தோளில் தட்டி ராணுவவீரன் கேட்டான்.

அப்போது உனக்கு எவ்வளவு வயதிருக்கும்?

என்ன பதினொன்றோ பன்னிரண்டோ இருக்கும்.

விளையும் பயிர் என்று ராணுவவீரன் கிண்டலடித்துச் சிரித்தான். பின் தன் நீண்ட பாரமான பூட்சை மிகுந்த பிரயாசையுடன் கழற்றிவைத்தான். பெரியதொரு எடையை உடல் உதிர்த்துவிட, கண்கள் அனிச்சையாக மூடித்திறந்தன.

வளரிளம் பிராயத்தில் வேறென்ன வேலை என்ற போராளி தன் சட்டையைக் கழற்றி ஆலிவ்மரக் கிளையில் தொங்கவிட்டான். பின் அதே மரத்தடியில் சாய்ந்து உட்கார்ந்து அடுத்த சிகரெட்டைப் பற்றவைத்தபடி சொன்னான்.

என் நினைவு தெரிந்த நாளிலிருந்து நான் உதவி முகாமில்தான் வசித்துவந்தேன். அங்கிருந்து நகரம் அத்தனை தொலைவில்லை. பகல் பொழுதுகளில் உணவு சமைக்கவும் முகாமைச் சுத்தப்படுத்தவும் ஏதேனும் ஒத்தாசை செய்ய வேண்டும் என்பதால் எப்படியாவது வெளியேறிவிடுவேன். இரவு வேளைகளில் எங்களின் பெரும்பாலான பேச்சுகள் அவளைச் சென்றுதான் முடியும். அவளின் உதட்டுச்சாயம்... கூந்தல் நிறம்... உடல் கட்டமைப்பு... சுண்டி இழுக்கும் கண்கள்... நான் ஒருவிதக் கூச்சத்தோடு இதே போன்ற பேச்சுகளிலிருந்து விலகி என் படுக்கைக்குச் சென்றுவிடுவேன். ஆனால், இமைகள் மூடி அவர்கள் பேசுவதைக் கேட்டபடியே இருப்பேன்.

இப்போதும் நினைவிருக்கிறது. அவள் கண்களில் அப்படியொரு ஈர்ப்பு. பச்சைநிறக் கண்கள் ஏதோ அதிசயக் கற்களைப் போல் ஒளிவீசின. அன்றுதான் அவளை அத்தனை நெருக்கத்தில் பார்க்கிறேன். நல்ல உயரமும் கம்பீரமும் கூடிய உடல்வாகு. எதுவும் பேசாமல் அவளைப் பார்த்தபடியே இருந்தேன். காற்றில் அளவளாவிய முடிக்கற்றையை எடுத்து,

காதுமடலுக்குப் பின்னால் சொருகிக்கொண்டாள். என் உயரத்துக்குக் குனிந்து, என்ன வேண்டும் என்று அவள் கேட்ட நொடியில்தான் அவளின் வண்ணமீன் கடையை உற்றுக்கவனித்தேன். மிகச் சிறிய கடைதான், ஆனாலும் மேசைகளிலும் அலமாரிகளிலும் வெவ்வேறு வடிவக் கண்ணாடி பாட்டில்களிலிருந்து பெரிய கண்ணாடித் தொட்டிகள்வரை நேர்த்தியாக அடுக்கப்பட்டிருந்தன. அனைத்திலும் விதவிதமான தங்கமீன்கள்.

உங்களைப் போல் அழகான கோல்ட்ஃபிஷ் வேண்டும் என்றேன்.

சிவந்த உதடுகளில் மிதமான புன்னகையோடு, என்னைவிட அழகான மீன்கள் இங்கு நிறையவே இருக்கின்றன என்றாள். நான் கற்பனை செய்திருந்ததைக்காட்டிலும் மிக மென்மையான குரல்.

சாய்த்துவைத்திருந்த தானியங்கித் துப்பாக்கி சரிந்துவிழவும் இரும்புச் சத்தம் இரவின் மௌனத்தைச் சலனப்படுத்தியது. பேசிக்கொண்டிருந்த போராளி சட்டெனப் பதற்றமடைய ராணுவவீரன் கேலியாகச் சிரித்தான். குழந்தையைப் போல் துப்பாக்கியை மடியில் எடுத்துவைத்து கைப்பிடியில் படிந்திருந்த மணலைத் தட்டிவிட்டபடி போராளி பேச்சைத் தொடர்ந்தான்.

சமாதான முன்னெடுப்பு என்று உங்கள் ராணுவத்தின் சிறு பிரிவு எங்கள் எல்லைக்குள் புகுந்ததுதான் தொடக்கப் புள்ளி. வீதியில் இறங்கி மக்கள் ராணுவத்தை எதிர்த்துப் போராட்டம் செய்தனர். பதாகைகள் ஏந்தியபடியும் கும்பலாகப் பாட்டு பாடியபடியும் ஒன்றாகக் கூடிநின்று சமைத்தபடியும் ராணுவத்துக்கு எதிரான கோஷங்களை எழுப்பினர். எனக்கு அது கொண்டாட்டம் என்பதைத் தாண்டி வேறெதுவும் நினைவில் இல்லை. ஊரே மைதானத்தில் திரண்டிருக்க அவளின் வண்ணமீன் கடை மட்டும் எப்போதும்போல் இயங்கிக்கொண்டிருந்தது.

ஒரு பெண் இப்படித் தன்னிச்சையாக இயங்குவது கொஞ்சமும் உவப்பில்லை என்று வயதான முல்லா ஒருவர் வெளிப்படையாகவே முணுமுணுத்தார். சொல்லப்போனால் போராட்டத்தின் முக்கிய பேசுபொருளாக அவள் மாறிப்போனாள். ஆண்களைவிடப் பெண்களின் மத்தியில். தலைநகரில் நடந்த வான்வெளித் தாக்குதலில் அவள் தன்

குடும்பத்தை இழந்துவிட்டாள் என்றனர் சிலர். அதேநேரம் அவள் எதிரியின் உளவாளி என்றும் ராணுவ அதிகாரியின் ரகசியக் காதலி என்ற பேச்சும் இருந்தது.

நீயே சொல் நண்பா, உங்கள் ராணுவத்தின் ஒத்தாசை இல்லாமல் ஆக்கிரமிப்பு நகரில் ஒரு இளம்பெண்ணால் எப்படிக் குடிபெயர்ந்திருக்க முடியும்?

இதில் தனக்கு எந்தக் கருத்தும் இல்லை என்பதுபோல ராணுவவீரன் தோள்களைக் குலுக்கி உதட்டைப் பிதுக்கவும், போராளி புன்னகைத்தபடி மேலும் தொடர்ந்தான்.

அவள் திருமணமானவள் எனக் கூட்டத்தில் ஒருவன் சொல்ல உனக்குக் கண் அவிந்துவிட்டது, அவளைப் பார்த்தால் யார் அதை ஒப்புக்கொள்வார்கள் என்று மற்றவன் வெளிப்படையாக மறுத்துக்கொண்டிருந்த வேளையில், தூரத்தில் வந்துகொண்டிருந்தாள். கானல்நீரிலிருந்து அவள் மெல்ல மேலெழும்போது கூட்டம் சலசலத்தது. நுட்பமான வேலைப்பாடுகள் கொண்ட கம்பளி ஒன்றை தன் ஆடைக்கு மேல் சுற்றியிருந்தாள். அவளின் வாளிப்பான உடலை அது மேலும் இரு சுற்று மறைத்திருந்தது. கொஞ்சமும் கசிய விரும்பாத மர்ம அழகு. பார்வை விலகாது பல கண்கள் உற்றுப்பார்த்தபடி இருக்க, பெண்கள் சிலர் முணுமுணுத்தனர், நடையப் பாரு, வேசி மகள்!

அன்றுதான் அவளை முதன்முறை பின்தொடர்ந்தேன். மாலை கவியத் தொடங்கியதும் கடையைப் பூட்டிவிட்டு நடக்கத் தொடங்கினாள். அவளால் எல்லாத் திசைகளிலும் ஒரே நேரத்தில் பார்வையைச் செலுத்த முடிந்திருந்தது. அவளது காலடிச்சத்தம் தனியாக எதிரொலித்தபடி தொடர்ந்தது. என் கால்களுக்கு எட்டாத வேகத்தில் போய்க்கொண்டிருந்தாள், மீன்குஞ்சைப் போல் வீதியில் வேகவேகமாக நீந்தியபடி.

அவள் போகும் பாதை நேராக எங்கள் சோலைக்குச் செல்லக்கூடியது என்பதைப் பாதி வழியிலே புரிந்துகொண்டேன். ஏன் என்பது மட்டுமே கேள்வியாக இருந்தது. நான் கொஞ்சமும் எதிர்பார்த்திருக்கவில்லை. அந்நேரம் ராணுவ வாகனம் ஒன்று எதிர்ப்பட்டது. ஆள் இல்லா வீட்டு வெளிச்சுவருக்குப் பின்னால் சட்டென ஒளிந்துகொண்டேன். உள்ளூர மெல்ல நடுக்கம் மேலிட்டது. ஜீப்பை நிறுத்தி அவளிடம் ஏதோ விசாரித்தனர். தங்களுக்குள் பேசிச் சிரித்துக்கொண்ட நான்கு

ராணுவவீரர்களும் அவளைச் சூழ்ந்துகொண்டனர். எந்த எதிர்வினையும் இன்றி தலைகுனிந்தபடி நின்றிருந்தாள். அவள் சுற்றியிருந்த கம்பளித் துணியைத் தொட்டுப்பார்த்தனர். ஒருவன் அதை விளையாட்டாக இழுத்தான். அவள் உடல் லேசாக நடுங்கிற்று. ஒளிந்திருந்த என்னுள் ஆத்திரமும் அழுகையும் மேலிட, கைகளில் கிடைத்த சிறு கற்களை எடுத்து வீசினேன். பயன் ஏதுமின்றி எங்கோ போய் விழுந்தன.

அந்நேரம் கறுப்புப் புள்ளிகள் கொண்ட பச்சைநிற ஜீப் ஒன்று அங்கு வரவும் நான்கு ராணுவவீரர்களும் விறைப்பாக நின்று வணக்கம்வைத்தனர். அவர்களின் உயரதிகாரியாக இருக்க வேண்டும் என்பது அவன் ஜீப்பிலிருந்து இறங்கி நின்ற தோரணையில் தெரிந்தது. அவளைக் காட்டி நான்கு வீரர்களையும் பார்த்து ஏதோ கோபமாகப் பேசினான். தலைகுனிந்தபடி நின்றிருந்தனர். அவளிடம் வலுக்கட்டாயமாகப் பேச முனைந்தான். அவளும் தயங்கித்தயங்கி ஏதோ பதில் சொன்னாள். மேல்பக்கம் மூடாமல் திறந்திருந்த ஜீப்பின் டயர்கள் அவர்களின் பாதி உயரமிருந்தன. இரண்டு இருக்கைகள் மட்டுமே கொண்டிருந்த ஜீப்பின் பின்பக்கம் காக்கிநிற ராணுவப் பைகளும் தலைக்கவசங்களுமாக நிறைந்துகிடந்தன. அப்போதுதான் கவனித்தேன். அடர்கறுப்புநிற நாய் ஒன்று ஜீப்பின் பின்புறம் எழுந்துநின்றது. நிச்சயம் என் உயரமிருக்கும். சுற்றி நோட்டமிட்டுவிட்டு, செக்கச்சிவந்த நாக்கை வெளியே துருத்தி இரண்டு மூன்று முறை குரைத்தது. உயரதிகாரி அதை முறைத்துப்பார்க்கவும் அமைதியானது. ஆனால், அடுத்த நிமிடமே வீதியை அதிரச்செய்யும் குரைப்புச் சத்தம். கூரிய பற்கள் மின்ன அது குரைக்கும் திசையில் நான் மட்டுமே இருக்கிறேன் என்ற எண்ணம் உறைத்தபோது என் உடல் எடையைப் பாதி இழந்தேன். ஓட நினைத்ததும் கால்கள் துவண்டுவிழுந்தன. சிறுநீர் முட்டிக்கொண்டு வந்தது. ஜீப்பிலிருந்து என்னை நோக்கிப் பாய அது எத்தனித்தபோது அதன் கழுத்துப்பட்டையின் சங்கிலி தடுத்ததும் பெருமூச்சுவிட்டேன். இருந்தும், குரைப்புச் சத்தம் ஓய்ந்தபாடில்லை. இரு கைகளால் காதைப் பொத்திக்கொண்டு கண்களை இறுக மூடிக்கொண்டேன். நாக்கு வறண்டிருந்தது. இனி எதுவும் செய்வதற்கில்லை என அப்படியே சுவருக்குப் பின்னால் மண்தரையில் படுத்துக்கிடந்தேன். காட்சிகள் முன்னும்பின்னுமாக மனதுக்குள் ஓடின. உயரதிகாரி என் திசையைக் காட்டி ராணுவ வீரர்களிடம் என்ன என்று பார்க்கச் சொல்கிறார். ஜீப்பின் பின்புறம் கட்டியிருந்த நாயையும்

அவிழ்த்துவிடுகிறார். நீண்ட நாக்கில் எச்சில் சொட்டச்சொட்டக் கறுப்புருவம் என்னை நோக்கி ஓடிவருகிறது. நான் பயத்தில் கத்தியபடி பதறி எழுகிறேன். என்னைத் தொகுத்துக்கொள்ள சில விநாடிகள் தேவைப்பட்டன. சுவரின் மறுபக்கம் நான் மெல்ல எட்டிப்பார்த்தபோது வீதி ஆளரவமற்றுக்கிடந்தது. மண் சாலையில் புழுதி பொங்க தூரத்தில் ஜீப் ஒன்று போவது மட்டுமே தெரிந்தது.

இதைச் சொல்லிமுடித்ததும் போராளி அப்போதுதான் மூச்சிரைக்க ஓடிவந்தவனைப் போல் வேகவேகமாகத் தண்ணீர் குடித்தான். இன்னும் பதற்றம் போகவில்லைபோல என ராணுவவீரன் கேலிசெய்யவும் போராளி அவன் புஜத்தில் குத்தினான். சமீபத்தில் பெய்த மழையில் தேங்கியிருந்த நீரைப் போராளி தன் தண்ணீர்க் குடுவையில் நிறைத்துக்கொண்டான். உன் வண்ணமீன் கடைப்பெண் என்ன ஆனாள் என்று ராணுவவீரன் கேட்கவும், தண்ணீர்க் குடுவையுடன் மரத்தடியில் கால்களை நீட்டி அமர்ந்த போராளி மேலும் சொன்னான்.

போர்க்காலத்தில் யார் வண்ணமீன்களை விரும்புவார்கள் என்றுதான் நினைத்தனர். ஆனால், அவளது கடைக்குத் தினமும் கூட்டம் வரத்தான் செய்தது. ஆனால், அவள் யாரோடும் அதிகம் பேசிப்பார்த்ததில்லை. போராட்டக்காரர்களுக்குள் தீவிரவாதிகள் புகுந்திருப்பதாக உங்கள் ராணுவம் குற்றம்சாட்டியது. அமைதி ஊர்வலங்களுக்கும் போராட்டங்களுக்கும் தடைவிதித்தனர். விசாரணை என்று காரணமின்றிக் கைதுகள் நடந்தன. பொது இடங்களில் கூடவும் மக்கள் அஞ்சினர். இருந்தும், அவளின் வண்ணமீன் கடைக்குப் போய்வருவதை நான் நிறுத்தவில்லை.

கையில் ஊசியும் நூலுமாக கம்பளி ஒன்றை நெய்தபடி இருந்தாள். அவளது நீளமான விரல்கள் ஒவ்வொன்றும் மீன்களைப் போல் சுறுசுறுப்பாக இயங்கிக்கொண்டிருந்தன. கொஞ்சம்கொஞ்சமாக ராணுவம் ஊருக்குள் புகுந்துகொண்டிருக்கிறது. இனி ஒவ்வொன்றாகப் பறிபோகும். அதற்கு முன் கடையைக் காலிசெய்துவிடு என்று பழக்கடைக்காரப் பெரியவர் அவளிடம் சொல்ல, அப்படியானால் எனக்கு இந்த கோல்ட் ஃபிஷ்களை இலவசமாகத் தர முடியுமா என்று இருப்பதிலேயே பெரிய கண்ணாடிமீன்தொட்டியைக் காட்டி நான் கேட்டதும் சத்தமாகச் சிரித்தாள்.

செவ்வக வடிவக் கண்ணாடி மீன்தொட்டியில் ஒரு பெரிய தங்கமீனையும் மீன்குஞ்சு ஒன்றையும் அன்றுதான் வாங்கினேன். மீன்தொட்டிக்கோ பெரிய தங்கமீனுக்கோ என்னிடம் தனியாகப் பணம் வாங்கிக்கொள்ளவில்லை. சொல்லப்போனால் நான் கொடுத்த சில்லறைகளை அவள் எண்ணிகூடப் பார்க்கவில்லை. அன்றிரவு உறங்காமல் என் தங்கமீன்களை வேடிக்கைபார்த்தபடி இருந்தேன். அவளது நெருக்கத்தில் நான் உணர்ந்த பரவசத்தையும் சலனமற்ற அமைதியையும் அது உண்டாக்கியது.

உங்களின் ராணுவ முகாம்களை அலங்கரிக்கவும் அவளின் வண்ணமீன்களே தேவைப்பட்டன. உள்ளூர் இளைஞர்களும் உங்களின் ராணுவமும் நேரெதிரே சந்தித்துக்கொண்டாலும் சண்டை மூளாத சிறு நிலம், அவளின் பத்துக்குப் பத்து மீன் கடையாக மட்டுமே இருந்தது. பொதுவாக, தன் மீன்களை அவள் பாதி விலைக்கே விற்றுவந்தாள். இருப்பதைக் கொடு போதும் என்பாள். யாரிடமும் வற்புறுத்தி விலை பேசியதில்லை. அவளைப் பொறுத்தவரை வண்ணமீன்கள் வெறும் அழகுக்கோ அலங்கரிப்புக்கோ அல்ல. சாந்தமான சூழலை உருவாக்க!

அவளது மீன்கள் என்ன உலக அமைதியையா போதிக்கப்போகின்றன என்று எதிர்த்தரப்பு ராணுவவீரன் சொல்ல இருவரும் புன்னகைத்துக்கொண்டனர். அந்நேரம் பக்கத்துப் புதரில் லேசாக சலசலப்பு கேட்கவும் பதற்றமடைந்தனர். உதட்டின் மீது ஆட்காட்டி விரலை வைத்து போராளியை அசையாமல் இருக்கும்படி சைகைசெய்த ராணுவவீரன், தன் துப்பாக்கியை ஓசையின்றி எடுத்துக்கொண்டான். காலடியோசையும் மரக்குச்சிகள் மிதிபடும் ஓசையும் நெருங்கிவரும் திசையில் துப்பாக்கியை இறுகப்பற்றினான். குறிவைத்த நொடியில் சாம்பல்நிறக் கழுதை ஒன்று பயத்துடன் புதரிலிருந்து வெளிப்பட பதற்றம் நீங்கிச் சத்தமாகச் சிரித்தனர். அவர்களின் திடீர்ச் சிரிப்பொலி இரவின் அமைதியைக் குலைத்தது. தங்கள் மடத்தனத்தை உணர்ந்து உடனே மௌனமாகினர். ஆயுதப் போராளி சன்னமான குரலில் தன் பேச்சைத் தொடர்ந்தான்.

அவள் அப்போது தங்கியிருந்த குடியிருப்புப் பகுதி எங்கள் ஆயுதக் குழுவுக்கும் உங்கள் ராணுவத்துக்கும் இடையேயான சுதந்திரப் போர்க்களம். இருவரும் தன் பலத்தை மாறிமாறிப் பரிசோதிக்கும் அப்பகுதியைச் சபிக்கப்பட்டக் குடியிருப்பு

என்றுதான் சொல்வோம். பொது ஜனங்களின் நடமாட்டம் குறைவாகவே இருக்கும். ஆனால், மர்மங்களோடு வாழ்பவளுக்கு அதுதானே ஏற்ற இடம்.

தனியாக அங்கே செல்வதில் எனக்கும் பதற்றம் இருந்தது. நண்பன் ஒருவனை வலுக்கட்டாயமாக என்னோடு கூட்டிச்சென்றேன். ஏன் அவளைப் பின்தொடர வேண்டும்? எதற்கு அவளது வீட்டிற்கு ஆள் இல்லா நேரமாக நுழைய வேண்டும்? இனம்புரியாத குறுகுறுப்பைத் தவிர வேறு பதிலொன்றும் இல்லை.

அவளது வீட்டின் ஒருபக்கச் சுவர் கீறல் விட்டிருந்தது. கூரையில் பெரிய வெடிப்பு வேறு. ஒருகாலத்தில் அது இரண்டு படுக்கையறைகள் கொண்ட வசதியான வீடாக இருந்திருக்கும். ஜன்னல்கள் திரையிடப்பட்டிருந்தாலும் வெளிச்சம் மெல்லிய கீற்றாக அதனூடாய் இறங்கிக்கொண்டிருந்தது. பக்கத்தில் நீர்த்தாவரங்கள் மிதக்கும் பெரிய சிமெண்ட் தொட்டி ஒன்று பச்சை பூத்திருந்தது. காலில் நறுக்கென ஏதோ குத்த இருட்டில் துழாவிக் கையிலெடுத்துப்பார்த்தேன். சிப்பி ஒன்று காலைக் கிழித்திருந்தது.

அறையின் ஓரமிருந்த பழைய இரும்புப் பெட்டியை ஓசையின்றித் திறந்தோம். இதுநாள்வரை அவள் நெய்துவைத்திருந்த கம்பளித் துணிகள்! பலவகை வண்ணமீன்களின் நிறங்களில் இருந்த கம்பளிகள் உறுதியாகப் பின்னப்பட்ட மீன்பிடி வலைகள்போல் சிக்குண்டுகிடந்தன. அறை முழுவதும் ஒருவித நமைச்சல் வாடை. ஒரு மாபெரும் மீன்தொட்டிக்குள் நுழைந்திருப்பதாகத் தோன்றிற்று.

தண்ணீரில் ஏதோ தப்தப் என்று அடிக்கும் ஓசை கேட்டது. அவ உள்ளதான்டா இருக்கா, குளிச்சிட்டு இருக்கா. நண்பன் கைகாட்டிய திசையில் பழைய பாணியிலான மரக்கதவுகள் கொண்ட பெரிய குளியலறை. உள்ளிருந்து நீரின் சலசலப்பு கேட்டபடி இருந்தது. நண்பன் பதற்றத்தில் அங்கேயே நின்றுவிட்டான்.

ஆர்வம் உந்தித்தள்ள கீறல்விட்ட குளியலறைக் கதவினூடே பார்த்தேன். நீர் ததும்பிவழியும் பழுப்பு வெள்ளைக் குளியல் தொட்டியின் இருபக்கமும் கைகளைப் பரத்தி அதனுள் படுத்திருந்தாள். தேகம் தண்ணீரில் மறைந்திருக்க அவளின் செம்பழுப்புநிறக் கேசம் தொட்டியைத் தாண்டி பழைய

மொசைக் தரையில் பரந்துகிடந்தது. கண்கள் அண்ணாந்து விட்டத்தைப் பார்த்தபடி இருந்தன. தன் கீழ்த்தாடையைக் குளியல் தொட்டியில் தாங்கலாக வைத்துத் திரும்பிப்படுத்தாள். உடைந்த சாளரத்தின் வெளிச்சத்தில் அவளின் முகம் தங்கமீனைப் போல் ஜொலித்தது. கைகளை விலக்கித் தன் நீண்ட கேசத்தைக் கோதியபோது அவளின் வெளிர் மார்பகங்களைக் கண்டு என் உடல் விழித்துக்கொண்டது. முதன்முறை பாதி நிர்வாணத்தைப் பார்த்த தருணம். காட்சி கண்களுக்குள் உறைந்து ஸ்தம்பித்துநின்றேன். அலைகளற்ற கடலில் மிதக்கும் படகைப் போல் அசைவற்றுக்கிடந்தாள். பிரமிப்பும் மிரட்சியும் கலந்து அவளையே வெறித்துக்கொண்டிருந்தேன். இடுப்புப் பகுதி நீரினுள் மறைந்திருக்க முதுகு தெரிய அவள் ஒருபக்கமாகத் திரும்பிப் படுத்த நொடியில் என் உடல் ஜில்லிட்டது. கால்கள் பதற்றத்தில் தன்னிச்சையாக இரண்டடி பின்னோக்கி நகர்ந்தன.

நான் இதை இப்போது சொல்லும்போதும் என் மயிரிழைகள் குத்திட்டு நிற்கின்றன எனப் போராளி தன் புறங்கைகளை உயர்த்திக்காட்டினான். முகத்தில் வழியும் வியர்வையைத் துடைத்துக்கொண்டு பதற்றம் தொனிக்கச் சொன்னான்.

தொட்டியின் மறுமுனையிலிருந்து வழவழப்பான நீண்ட வால்பகுதி நீரின் மேல்மட்டத்தில் வெளிப்பட்டது. பெரிய மேல்துடுப்பும் சிறிய கீழ் துடுப்பும் கொண்ட அடர்பச்சை நிற வால்பகுதி. தப்தப் எனத் தண்ணீரில் அது ஓங்கி அடிக்கும் சத்தத்தினூடாய் எச்சிலை மெல்ல விழுங்கிக்கொண்டேன். வாலிலும் துடுப்புகளிலும் ஒழுங்கற்ற மஞ்சள்நிறப் புள்ளிகள். குளியல் தொட்டியின் குறுகிய எல்லைகள் போதாமல் வேகவேகமாகத் தன் வாலை நீரில் அடித்தாள். நான் நனைந்திருந்தேன். வியர்வை ஆறாய் ஊற்றெடுத்தது. லேசாய் உடல் அதிர்ந்தது.

அந்நேரம் வீதியில் ராணுவ வாகனத்தின் சத்தம் கேட்டது. ஜன்னல் வழியே நண்பன் எட்டிப்பார்த்தான். கறுப்புப் புள்ளிகள் கொண்ட பச்சைநிற ஜீப். அதே ஒடிசலான ராணுவ அதிகாரி. பதற்றமடைந்த நண்பன் என்னைப் பிடித்து இழுத்தான். அவன் கைகளை உதறிவிட்டு மீண்டும் அக்கதவின் துளை வழியே பார்த்தேன். குளியல் தொட்டி காலியாக இருந்தது.

மறுநாள் கடைக்குச் சென்ற என்னிடம் நேற்று மாலை எங்கு இருந்தாய் என்று அவள் கேட்டதும் தடுமாறினேன். கண்ணாடி

மீன்தொட்டிகளினூடே அத்தனை தங்கமீன்களும் என்னை வேவுபார்ப்பதைப் போல் ஒருசேர உற்றுநோக்கின.

சிகரெட் புகை இரவின் குளிர்ச்சிக்குப் போதுமானதாக இல்லை. போராளியும் ராணுவவீரனும் உள்ளங்கைகளை அழுத்தமாகத் தேய்த்துக்கொண்டனர். இரவுப் பூச்சிகளின் சத்தம் அமைதியின் பின்னோட்டமாய் ஒலித்தது. காற்று வீசியதும் இலைகளின் சலசலப்பு கூடியது. இருளுக்குள் பளபளக்கும் இலைகளைப் பார்த்துக்கொண்டிருந்த ராணுவவீரன் போராளியைத் திரும்பிப்பார்த்தான். பேசுவதைக் கேட்கத் தயாராக இருப்பதைப் போன்ற பார்வை. போராளி தான் சொல்ல நினைத்தவற்றை மனதுக்குள் முறையாக ஒழுங்கு செய்துகொண்டு பேசினான்.

எங்கள் குடியிருப்புக்கு மிக அண்மையான இடம் குண்டுவீச்சுக்கு உள்ளாகியிருந்தது. முன்னெச்சரிக்கையாக நாங்கள் தங்கியிருந்த முகாமிலிருந்து அவசரஅவசரமாக வெளியேற்றப்பட்டோம். யாரும் எந்த உடைமையும் எடுத்துச்செல்ல நேரமில்லை. மறுநாள் முகாம் திரும்பியபோது பெரும்பாலான கட்டடங்கள் சிதிலமடைந்திருந்தன, எங்களுடையது உட்பட. ஆங்காங்கே கான்க்ரீட் குவியல்கள். சிதைந்த ஜன்னல் கதவுகள். எங்கள் முகாமின் சமையலறைப் பொருட்கள், புத்தக அலமாரி, மேசை நாற்காலி உட்பட அத்தனை பொருட்களும் புழுதிக்குவியலில் புதைந்துகிடந்தன.

இதைச் சொன்னால் நம்ப மாட்டாய் நண்பா! பாதி இடிந்த கூரையினூடாய்ச் சரிந்துவிழும் பகல் வெளிச்சத்தில் பார்த்தேன். சேதாரமான மேசைப் பலகையின் மீதிருந்த என் கண்ணாடி மீன்தொட்டிக்கு மட்டும் சிறு பாதிப்பும் இல்லை. இடிந்த கூரையினூடாய் விழும் சூரிய வெளிச்சத்தில் தங்கமீன்கள் இரண்டும் மேலும் அதிகமாக ஜொலித்தன. நண்பா, அவளது மீன்கள் எதுவும் போரில் இறப்பதில்லை!

நான் அன்றிலிருந்து என் மீன்தொட்டியை எங்கும் சுமந்தே திரிந்தேன். பள்ளி செல்லும்போதும்கூட. வகுப்பு முடியும்வரை ஆசிரியரிடம் மீன்தொட்டியைக் கொடுத்துவைப்பேன். தன் மேசையில் வாங்கிவைத்துக்கொள்வார். பள்ளி முடிந்துவந்ததும் மீன்களைக் கண்காணிப்பதே என் முக்கியமான பொழுதுபோக்கு. தொட்டியைக் கழுவும்போது வேண்டுமென்றே மீன்குஞ்சை முதலில் பிடித்து வெளியே பாத்திரத்தில் இடுவேன். அப்போது பெரிய மீனின் கண்களில் பரிதவிப்பைப் பார்க்க வேண்டுமே!

இங்குமங்கும் வேகவேகமாக நீந்தியபடி இருக்கும். நான் அதற்காகவே குஞ்சை அதன் பார்வையிலிருந்து சில நிமிடங்கள் அப்புறப்படுத்திவைப்பேன்.

அதேநேரம், கூரைகள் மீதான அச்சம் நிரந்தரமாகத் தொற்றிக்கொண்டது. எந்தக் கணமும் எந்தக் கூரையும் என் மீது இடிந்துவிழலாம் என அஞ்சினேன். இரவுகள் தூங்காமல் விழித்திருப்பேன். எங்கள் நிலம் நாலாப்பக்கமும் சுருங்கிக்கொண்டே வந்தது. ஆனால், அவள் மட்டும் தன் கண்ணாடி மீன்தொட்டிகளை நித்தம் புதுப்புது வண்ணமீன்களால் அலங்கரித்துக்கொண்டிருந்தாள்!

உணவுப்பொருட்களுக்கே தட்டுப்பாடு வரும் போர்க்காலத்தில் அவளுக்கு மட்டும் எங்கிருந்து அத்தனை அலங்கார மீன்கள் கிடைத்தன? ராணுவவீரன் இடைமறித்துக் கேட்டான்.

கடவுளின் சுனையில் என்றான் ஆயுதப்போராளி.

ராணுவவீரனின் முகத்தில் வெளிப்படையான ஆச்சரியம்.

ஆமாம் என்ற போராளி உறுதியான குரலில் சொன்னான்.

உனக்குத் தெரிந்ததுதான். பூமியில் நீராட கடவுள் தனக்கெனப் படைத்த பிரத்யேகச் சுனை அது. அதன் சோலை பலநூறு வருடங்கள் முதிர்ந்த மரங்களால் நிறைந்தது. குறிப்பாக, தங்கநிற இலைகள் கொண்ட பொன்னிற விருட்சங்கள். அந்தச் சுனைதான் எங்கள் நிலத்தின் ஆதி ஊற்று. மோசமான வறட்சியிலும்கூட அது வற்றியதில்லை. சுற்றியிருக்கும் வறண்ட பகுதிகளுக்குக் கொஞ்சமும் தொடர்பில்லாமல் அச்சிறு நிலம் மட்டுமே எல்லாக் காலங்களிலும் செழித்திருக்கும். அந்நிலத்துக்காகத்தானே நாம் இன்னமும் சண்டையிட்டுக்கொண்டிருக்கிறோம்.

எதிர்த்தரப்பு ராணுவவீரன் ஆமாம் எனத் தலையசைத்தான். மறுப்பேதும் இல்லாத சலனமற்ற பார்வை.

போராளி சொன்னான். உனக்கு இதுவும் தெரிந்திருக்கும். பொன்னிற விருட்சங்கள் வேர்விட்டிருக்கும் சுனையில் கர்ப்பம் தரித்த பெண்ணின் வீங்கிய வயிற்றின் வடிவில் சிறு பாறைகளின் அடுக்கு இருக்கிறது. அங்குதான் ஆதி மனிதன் வசித்தான் என்று நம்புகிறோம். வற்றாத சுனையும் நம் நாகரிகமும் ஊற்றெடுப்பதும் அங்கிருந்துதான். அவள் கடவுளின் சுனையால் ஆசிர்வதிக்கப்பட்டவள்.

அன்று வெண்திரையைப் போல் பனிமூட்டம் சுனையை மறைத்திருந்தது. இரவு வேளையில் சுனைக்கு யாரும் வருவது கிடையாது. அது படைத்தவனுக்கான நேரம். அவள் ஆடைகளைக் களைந்து நீரில் இறங்கினாள். இடுப்புவரையான நீர்மட்டத்தினுள் புகைமூட்டமாய் நடந்துசென்றாள். அவளின் நீண்ட கூந்தல் பின்னுடலை மறைத்திருக்க, தலைக்கு மேலே வௌவால் கூட்டம் வட்டமடித்துக்கொண்டிருந்தது. ஈரம்கனிந்த காற்று என் முகத்தில் ஓங்கி அடித்தது. லேசாகத் தூறத் தொடங்கிற்று. சிறிதுசிறிதாக அவள் நீரினுள் முழுவதுமாய் மறைந்தாள். அடுத்த சில நிமிடங்களில் ஆள் நடமாட்டமற்ற இரவின் அமைதியைக் கனியச்செய்யும் மெல்லிய இசை. யாரோ ஷெப்பாப் இசைக்கருவியை மிக நயமாக மீட்டுவதை உணர்ந்தேன். என் கண்ணிமைகள் கிறங்கின. அவளது குரல் நீர்ச்சுழலாய் என்னை உள்ளிழுத்துக்கொண்டிருந்தது. ஆவி வெளியேறிவிட்டதைப் போல் என்னுடல் லேசாகிவிட, அங்கேயே மயங்கிச்சரிந்தேன்.

கண் விழித்தபோது இசை நின்றிருந்தது. பொன்னிறக் கூந்தலில் ஈரம் சொட்டச்சொட்ட அடர்ந்த மரங்களைக் கடந்துசென்றுகொண்டிருந்தாள். இரு கைகளையும் இறைவனிடம் தொழுவதைப் போல் ஏந்தியிருந்தாள். அந்தக் கரங்களின் இடையே விரித்திருந்த கம்பளித் துணியில் பலவகை தங்கமீன்கள் துள்ளிக்கொண்டிருந்தன. நட்சத்திரங்களின் மினுமினுப்புடன்.

ஆம்! யாரும் அறியாமல் அவள் தங்கமீன்களைப் பிரசவித்துக்கொண்டிருந்தாள்!

போராளி தன் மனதில் இருந்த நினைவுகளை உதிர்த்துவிட்ட வேகத்தில் தலையாட்டினான். சாந்தமாகவும் அமைதியாகவும் கேட்டுக்கொண்டிருந்த ராணுவவீரனின் முகக்குறிப்பில் சிறு மாற்றமும் இல்லை. போராளியின் கண்கள் ராணுவனிடமிருந்து விலகி, தூரத்தில் தெரியும் நகரின் இரவு வெளிச்சத்தைப் பார்த்தபடி இருந்தன. அவனது கவனத்தைத் திருப்ப திடமான குரலில் ராணுவவீரன் கேட்டான், அதன் பின் அவளை எப்போது பார்த்தாய்?

ஒரேயொரு நீண்ட அறை கொண்ட தற்காலிகக் கட்டடம்தான் முகாமை ஒட்டி இயங்கும் எங்களின் பள்ளிக்கூடம். அன்று வானில் தூரத்து ஹெலிகாப்டர்களின் ஓசை அருகில் கேட்டபடி இருந்தது. ஆசிரியர் அடிக்கடி ஜன்னல் வழியே வானத்தைப்

பார்த்துக்கொண்டிருந்தார். முகத்தில் வெளிப்படையான பதற்றம். அவர் எதிர்பாரா நொடியில் குண்டு வெடிப்பதைப் போல் நாங்கள் மொத்தமாகச் சத்தம் போடவும் சட்டென அரண்டுபோனார். நாங்கள் கேலிசெய்து சிரித்தோம். கோபத்தில் வகுப்பு முடிந்துவிட்டது எனச் சொல்லி, அவசரஅவசரமாக மிதிவண்டியில் வீட்டுக்குக் கிளம்பிவிட்டார். பள்ளிமுடிந்த வேகத்தில் எல்லோரும் முகாமுக்கு ஓட நான் மட்டும் நேராக அவளின் வண்ணமீன் கடைக்குச் சென்றேன்.

கடையைச் சுற்றி வழக்கத்துக்கு மாறான கூட்டம். எல்லாம் பரிச்சயப்பட்ட ஊர் முகங்கள். அந்தக் கூட்டத்தில் பெண்களே அதிகம். ஆக்ரோஷமாகப் பேசுவதும் வசைபொழிவதுமாய் இருந்தனர். கூட்டத்தை விலக்கி சிலர் முன்முடிவோடு அவளது கடைக்குள் நுழைந்தனர். என்ன நடக்கிறது என்று உணரும் முன் எல்லாம் முடிந்திருந்தது.

கடைக்குள் நுழைந்த கூட்டம் கண் இமைக்கும் நேரத்தில் கண்ணாடித் தொட்டிகளை அடித்துநொறுக்கின. அவளை இழுத்துவந்து வீதியில் தள்ளினர். மீன்தொட்டிகளைச் சாலையில் வீசி உடைத்தனர். மனிதர்களைக்காட்டிலும் மீன்கள் முடிந்தமட்டும் மரணத்தோடு போராடக்கூடியவை. வெயில் உறிஞ்சும் சாலையில் தங்கமீன்கள் துடிதுடித்தன. அவள் பெருங்குரல் எடுத்துக் கத்தினாள். ஓடிச்சென்று தடுக்கச்சென்றவளைப் பிடித்துவைத்தனர். ஒவ்வொரு கண்ணாடித் தொட்டியும் சில்லுசில்லாக உடைந்து கடைசி மீனும் நம் நிலத்தின் சூட்டில் வெந்து இறக்கும்வரை அவளைக் கட்டிவைத்துப் பார்க்கச்செய்தனர். பழக்கடைக் கிழவர் அவள் கன்னத்தில் ஓங்கி அறைந்தார். கூட்டம் ஆர்ப்பரித்தது. அவளின் கம்பளித் துணிகள் கிழித்து எறியப்பட்டன.

சாலை எங்கும் அலங்கார மீன்கள். இரு தினங்களுக்கு, தாழப்பறக்கும் பறவைகளின் சிறகடிப்பு கேட்டபடி இருந்தது. அவளால் மீண்டும் அத்தனை மீன்களையும் ரகசியமாகப் பிரசவிக்க முடியும்தான். ஆனால், யாருக்காக? கைகளைக் கட்டி நின்று வேடிக்கைபார்த்த யாரும் உதவிக்கு வரவில்லையே! நான் உட்பட என்ற போராளி அமைதியானான். தன்னை நியாயப்படுத்தும் சொற்கள் எதுவும் அவன் பேசவில்லை. விநாடிகளின் மௌனத்துக்குப் பின் புதிய தீவிரத்துடன் பேசினான்.

அதன் பின் அவள் நகரத்துக்கு வரவில்லை. ஊரைவிட்டு ஓடிவிட்டாள் என்றனர். ஆனால்...

தன் குளியல் தொட்டியில் படுத்தபடி உடைந்த சாளரத்தினூடே அவள் வானை வேவுபார்த்துக்கொண்டிருக்கிறாள். இருண்ட வானில் உங்களின் போர் விமானங்கள் வட்டமடித்துக்கொண்டிருக்கின்றன. அவள் மெல்லப் பாடத் தொடங்குகிறாள். பாரம்பரிய ஷெப்பாப் கருவியை மீட்டியபடி. அவளது குரல் மெல்ல வலுக்கிறது. இசையின் இனிமை விமானியைச் சீண்ட அவன் கவனமிழக்கிறான். அவள் பாடுவதை நிறுத்தவில்லை. அத்தனை இனிமையான குரலை அலட்சியம் செய்யும் மடத்தனம் அவனை உசுப்புகிறது. குண்டுகளைப் பொழிய இருந்த விரல்கள் நிம்மதி இழக்கின்றன. ஒருகணம் எல்லாமுமே தேவையற்றதாகத் தோன்றுகிறது அவனுக்கு. விமானத்தை வானில் வட்டமடித்துக்கொண்டே இருக்கிறான். கரும்புகை எழும் குடியிருப்பின் மத்தியில் அந்த இசை இன்னமும் அவனுக்காக ஒலித்துக்கொண்டிருக்கிறது. அவன் மட்டுமே அதைக் கேட்க நினைக்கிறான். தனக்கான இசை. வாழ்தலின் உன்னதத்தை உணர்த்தும் இசை. கண்கள் கிறங்க, அவளின் குரலைத் தேடி விமானத்தைக் கீழ்நோக்கிச் செலுத்துகிறான். வேகமாக... மிக வேகமாக... இசையின் வேகமும் மட்டுப்படவில்லை. அவள் குரலின் திசையை நோக்கி போர் விமானம் கட்டுப்பாடின்றி விரைகிறது. தரையில் விழுந்து நொறுங்கும்வரை.

உங்களின் போர் விமானங்களை வீழ்த்திக்கொண்டிருக்கிறாள். தனியொரு ஆளாக! யாருக்கும் தெரியாமல். குளியல் தொட்டியில் மறைந்தபடி. அவளின் செதில்செதிலான வால்துடுப்பு ஆக்ரோஷமாகத் தண்ணீரில் தப்தப் என அடித்துக்கொண்டிருக்கிறது.

தற்காலிகச் சிறை வளாகத்திற்கு அவளைக் காணச்சென்றேன். மீன்தொட்டியை நெஞ்சோடு அணைத்தபடி வாசலில் நின்றிருந்தேன். ராணுவத் தளபதியைக் கொல்ல ரகசிய சதித்திட்டம் தீட்டியதாகக் குற்றம்சாட்டப்பட்டுக் கைதுசெய்யப்பட்ட ஐந்து பேரில் அவளும் ஒருத்தி. உண்மை பலருக்குத் தெரியும். என்னை உள்ளே அனுமதிக்க மறுத்த ராணுவவீரன் சிரித்தபடி கேட்டான், உனக்கு அவள் என்ன உறவு வேண்டும்? நான் பதிலேதும் சொல்லாமல் அங்கேயே நின்றிருந்தேன். சரி! ஐந்து நிமிடங்கள் மட்டும் எனச் சொல்லி

என் சட்டைப்பையைப் பார்த்து, பணம் வைத்திருக்கிறாயா என்று கேட்டான். இல்லை எனத் தலையசைத்தேன். என் கையில் இருக்கும் மீன்தொட்டியைப் பார்த்து, அழகான மீன்கள் என்றான் கைகளை நீட்டியபடி.

இதைக் கேட்டுக்கொண்டிருந்த ராணுவவீரனின் முகப்போக்கு சட்டென மாறியது. ஏதோவொரு அசூயை குரல்வளையைக் கவ்வுவதைப் போல் தலையைச் சிலுப்பினான். சணல்துணியால் சுற்றப்பட்ட தண்ணீர்க் குடுவையை எடுத்து போராளி நீட்ட ராணுவவீரன் மறுக்கவில்லை. மீண்டும் அவன் இயல்புக்குத் திரும்பும்வரை காத்திருந்த போராளி, நட்சத்திரங்கள் பளிச்சிடும் வானைப் பார்த்தபடியே சொன்னான்.

நண்பா, இதை நீ யோசித்தது உண்டா? சகமனிதன் எப்போது மிருகமாகிறான் என்று. கையில் ஆயுதம் கிடைக்கும் நொடியில். அப்போது வன்மமும் கொடூரமும் நம் ஆழத்திலிருந்து நேர்மையாக வெளிப்படும். அதுவரை ஒரு பொறுப்புள்ள தந்தையாக, அன்பான கணவனாகப் போட்டிருந்த வேஷங்களைக் களைந்துவிடுவோம். அதிலும் எதிரே இருப்பவன் கையில் ஆயுதம் இல்லையென்றால் அதுவொரு போதை. யோசித்துக்கூடப் பார்க்காத கொடூரங்களை வெகு இயல்பாகச் செய்வோம்.

சிறை வளாகத்தில் நான் அவளைப் பார்த்தபோது அவளின் முகம் தடித்து வீங்கியிருந்தது. உதட்டோரம் உறைந்த ரத்தக்கறை. தன் மென்மையான உடலே பாரமாகிவிட்டதைப் போல் கால்களைப் பரத்திச் சுவரைப் பற்றிக்கொண்டு கெந்திக்கெந்தி நடந்துவந்தாள். பார்வை கீழ்நோக்கி இருந்தது. கிழிந்து கந்தலாகிப்போன ஆடையில் தெரிந்த பால்வண்ண தேகத்தில் ஆங்காங்கே ரத்தச்சிவப்புக் கோடுகள். என்னைப் பார்த்ததும் அவள் தேகம் வெளிப்படையாக நடுங்கிற்று. என்னை அப்போது அங்கே பார்க்க விரும்பாதவளாய்க் கத்தினாள். அவளது ஆட்காட்டி விரல் என்னைச் சுட்டியது. ஒருவேளை அவள் அழுகிறாளா? மீன்கள் அழுவதில்லைதானே.

பேசிப்பேசி உதடும் தொண்டையும் உலர்ந்துபோயிருந்தன. பிடித்துவைத்திருந்த தண்ணீர் முழுவதையும் ஒரே வீச்சில் குடித்துமுடித்த போராளி, மனதில் ஓடும் எண்ணச்சிதறல்களை முறைப்படுத்திக்கொண்டு பொறுமையாகப் பேசினான்.

மழையின் காரணமாகவா பொது அச்சத்தாலோ அவள் தன்னைச் சுற்றிக் கட்டமைத்திருந்த மர்மத்தாலோ அவளின் இறுதி ஊர்வலத்தில் அவ்வளவு கூட்டமில்லை. நேசிக்கப்படாத ஒருவரின் கைவிடப்பட்ட மரண யாத்திரையாகவே அது இருந்தது.

அவள் வெள்ளைத் துணியால் மூடப்பட்டிருந்தாள். நீண்ட கேசத்தை வெட்டியிருந்தார்கள். வீங்கிய முகத்தில் ரத்தக் காயம் கருத்திருந்தது. அது நிச்சயம் அவளாக இருக்க வாய்ப்பில்லை. உண்மையில் நான் அன்று போயிருக்கக் கூடாது. அதேநேரம் நான் அவளை இறுதியாக ஒருமுறை பார்க்கவும் விரும்பினேன். நிச்சயம் ஏதாவதொரு அற்புதம் நிகழும். உடலை மூடியிருந்த வெள்ளைத் துணிக்குள் யாருமறியாமல் தங்கமீனாக உருமாறித் தப்பிவிடுவாள். சவக்குழியின் நிலத்தடிநீரில் நீந்தியபடி மீண்டும் கடவுளின் சுனையை அடைவாள். அங்கு ஆயிரமாயிரம் மீன்குஞ்சுகளைக் கருத்தரிப்பாள்.

அவளின் இறுதி ஊர்வலத்தைத் தாண்டி உங்களின் ராணுவ வாகனங்கள் வரிசையாக நகருக்குள் நுழைந்தன. அத்தனை டாங்கர்களையும் கவச வாகனங்களையும் அன்றுதான் அவ்வளவு நெருக்கத்தில் பார்த்தேன். வெற்றி முழக்கங்களோடு கனரகப் போர் ஊர்திகள் எங்களைக் கடந்துபோனபோது எழுந்த புழுதிக் காற்றில், அவளது உடலை மூடியிருந்த வெள்ளைத் துணி விலகியது. வழவழப்பான மீன் உடலையும் கரும்பச்சைநிற வால்துடுப்பையும் எதிர்பார்த்து என் கண்கள் அகல விரிந்தன.

நண்பா நீ கேட்டாயே, நான் ஏன் ஆயுதம் ஏந்துகிறேன் என்று?

என் பால்யமும் அவளோடு இங்குதான் புதைக்கப்பட்டிருக்கிறது. உன்னிடமிருந்து என் மண்ணை மீட்டதும் வெறிபிடித்த நாயைப் போல் வீதிவீதியாக ஓடுவேன். அவளைப் புதைத்த இடத்தை யாரும் அறியாமல் தோண்டிப்பார்ப்பேன். அங்கு பெயர் தெரியா அழகிய இளம்பெண்ணின் எலும்புகள் இருக்கலாம், இல்லை நூற்றுக்கணக்கான தங்கமீன்களின் முள்ளெலும்புகள் கொட்டிக்கிடக்கலாம்.

போராளியின் குரல் கரகரத்திருந்தது. எதிர்த்தரப்பு ராணுவவீரன் அவன் முதுகில் மெல்லத் தட்டி தன் மேலாடைப் பையிலிருந்து ரம் புட்டியை எடுத்து நீட்டினான். வேண்டாம் எனப் போராளி மறுக்கவும் இரு மிடறுகள் பருகிவிட்டு ஆழமாக மூச்செறிந்தான்.

பனிபோல் மெல்லக் கவிந்தது அமைதி. இணக்கமான குரலில் ராணுவவீரன் பேசத் தொடங்கினான்.

2

வீசப்படும் ராக்கெட் குண்டுகள் கீழே விழுவதைப் பார்த்திருக்கிறாய்தானே நண்பா? தூக்கத்தில் லேசாய் அசையும் கண் விழிக்காத குழந்தை மாதிரி ஆடிக்கொண்டே தரையை நோக்கி இறங்கும். திடீரென்று எங்கிருந்தோ ஒரு வேகம்! இரையைப் பார்த்த பருந்தின் வேகம். யார் இரை? எத்தனை பெரிய இரை என்றெல்லாம் பொருட்படுத்தாத வேகம். அடுக்குமாடிக் குடியிருப்பிலோ... பள்ளிக்கூடத்திலோ... ஆஸ்பத்திரியிலோ இறங்கிப் பசியாறும்வரை அந்த வேகம் குறையாது. யார் எதற்குத் தன்னை வீசினார்கள் என்ற ரகசியத்தை மரணித்தவனிடமும் சொல்லாது. இறந்தவனுக்கான இறுதிச் சடங்கில்கூடக் குண்டு விழலாம், இல்லை இறந்தவன் மீதே இன்னொருமுறை விழலாம். மீண்டும் ஒருமுறை சவம் செத்து மடியும். என் அப்பாவுடையதைப் போல்.

எந்தவிதத் தடங்கலும் இன்றி ராணுவவீரன் சரளமாகப் பேசினான்.

நண்பா, நாங்கள் தஞ்சம் புகும் நிலங்களையெல்லாம் சொந்தம் கொண்டாட நினைத்ததில்லை. ஆனால், துரத்தப்படுவதும் வேட்டையாடப்படுவதுமாய் எங்களின் ஓட்டம் பல நூறு ஆண்டுகளாகத் தொடர்ந்தது. இனியும் ஓடுவதற்குத் திசைகள் இல்லை என்ற நிலையில்தான் ஆரம்பித்த புள்ளிக்கே திரும்பினோம். அது இப்போது உங்கள் நிலமாக இருப்பது நம் இருவரின் துரதிர்ஷ்டம். நீ சொன்னாயே, கடவுளின் சுனையும் வளம் குன்றாத சோலையும். உண்மையில் அவைதான் எங்களின் மீட்சி. அந்த வற்றாத ஊற்றில் கால்நனைத்த நொடியிலே மீண்டும் புத்துயிர் பெற்றோம். எங்களின் பல வருட ஓட்டத்தின் தாகமும் தீர்ந்தது. அதுவரை எங்களை விரட்டிவந்த கால்களும் ஓய்ந்திருந்தன. ஒருவேளை நாங்கள் விரட்டப்பட்டதுகூட இந்நிலத்தை எங்களுக்கு மீண்டும் நினைவூட்டத்தானோ என்னவோ!

நீயே சொல், உலகின் முதல் மனிதன் வாழ்ந்ததாக நம்பப்படும் நிலம் எப்படி ஒருவனுக்கு மட்டுமே சொந்தமானதாக இருக்க முடியும்?

இதைச் சொல்லிமுடித்ததும் ராணுவவீரன் பக்கவாட்டுப் பார்வையால் போராளியைக் கவனித்தான். மனதில் அழுத்தமாய்ப் பதியக்கூடிய சாந்தமான முகத்தோடு அவன் இருந்தான். எந்தவொரு விவாதங்களுக்கும் இப்போது தயாராக இல்லை என்பதுபோல. ராணுவவீரன் மீண்டும் பேசினான்.

நமக்கென ஒரு தேசம் இறுதியாக அமையப்போகிறது என்ற ஒற்றைச் செய்தி கிடைக்கப்பெற்றதும், பெரிதும் யோசிக்காமல் பனிபொழியும் தேசத்தில் அனுபவித்துக்கொண்டிருந்த வசதியான வாழ்வையும் செல்வத்தையும் விட்டுவிட்டு இங்கு வந்தோம். ஆனால், அப்பாவைப் போல் அம்மாவால் அத்தனை எளிதாக இந்தப் புதிய தேசத்தில் தன்னைப் பொருத்திக்கொள்ள முடியவில்லை. தான் பிறந்த நிலத்தையும் வாழ்ந்த வீட்டு முற்றத்தையும் ஆப்பிள் தோட்டத்தையும் மறக்க முடியாமல் திரும்பிப்போய்விட வேண்டும் என்ற ஆசையை உளறல்களாகத் தூக்கத்தில் முணுமுணுப்பாள். எனக்கும் சில வருடங்கள்வரை அந்த விலகல் இருந்தது. ஆனால், நீ சொன்னதைப் போல்தான். சிறு வயதில் இவை எதுவும் ஒரு பொருட்டில்லைதானே.

உன்னிடம் ஒன்று சொல்லியாக வேண்டும். அப்போது நான் பள்ளிக்கூடம் செல்ல அடிக்கடி அப்பாவிடம் ஏதேனும் ஒன்று கேட்டு அடம்பிடிப்பேன். என்னை அமைதிப்படுத்த, செல்லப்பிராணி ஒன்று வாங்கித்தருவதாகச் சொன்னார். நிச்சயம் அதுவொரு வளர்ப்பு நாயாகத் தானிருக்கும் என்று எண்ணியிருந்த என்னிடம் ஒருநாள் செவ்வக வடிவக் கண்ணாடித் தொட்டியை அவர் நீட்டியபோது உண்மையில் ஏமாற்றம் அடைந்தேன். இருந்தும் மறுக்கவில்லை.

இதேபோல் அப்பா அவ்வப்போது கொண்டுவரும் பொருட்களை அம்மா விரும்ப மாட்டாள். வேண்டாம் என என்னையும் மறுக்கச்சொல்வாள். ஆனால், அன்று என்னால் அப்படிச் செய்ய முடியவில்லை. ஏனென்றால், அந்தக் கண்ணாடித் தொட்டியின் இரு தங்கமீன்களும் அவ்வளவு அழகு. அச்சுஅசலாக ஒரே மாதிரியான பளபளக்கும் நிறக்கலவை. சின்னது பெரியது என்பதைத் தாண்டி இரண்டுக்கும் வேறு எந்த வேறுபாடும் கிடையாது.

ஆயுதப் போராளி ராணுவனைத் தீர்க்கமாகப் பார்த்தான். நம்பிக்கையற்ற கசப்பான சிரிப்பைச் சிந்தினான். ராணுவவீரன்

அவனது கண்களைச் சந்திக்காமல் பார்வையைத் திருப்பிக்கொண்டான்

ஆமாம், நண்பா! அவை உன்னுடைய மீன்கள்தான்! அந்தக் கண்ணாடி மீன்தொட்டி என்னைப் போன்ற ஒரு சிறுவனுடையது என்றோ, அவனிடமிருந்து விருப்பமின்றிப் பெறப்பட்டது என்றோ, அதே சிறுவனை ஒருநாள் போர்முனையில் சந்திக்க நேரிடும் என்றோ நான் எதிர்பார்க்கவில்லை.

நம் புதிய எல்லைக்கோடு நெடுக நெடுஞ்சுவர் எழுப்பப்பட்ட காலத்தில் அப்பாவை அதன் கட்டுமானப் பணியின் பாதுகாப்பிற்காக இடம்மாற்றினார்கள். நிலங்களின் நடுவே சுவர்கள் எழத் தொடங்கியதும் உங்கள் போரட்டக் குழுவின் எதிர்த்தாக்குதல்கள் தீவிரமடைந்தன. பாதுகாப்பு கருதி அப்பா என்னை அம்மாவோடு அவரது உறவினர் வீட்டுக்கு அனுப்பிவைத்தார்.

நாளடைவில் அம்மா எதற்கும் பெரிதாக எதிர்வினையாற்றுவதில்லை. அவள் கண்களில் எப்போதும் தவிப்பும் ஏக்கமும் மண்டிக்கிடந்தன. எல்லாவற்றுக்கும் வெற்றுப் புன்னகையே பதிலாக இருக்கும். என்னை உறங்கச்செய்ய விசித்திரமான கதைகள் சொல்வாள். எல்லாக் கதைகளும் அவள் விட்டுவந்த ஊர்ப்பாதையில் சென்று முடியும்.

தற்கொலைத் தாக்குதலில் அப்பா இறந்துபோனதாகச் செய்திவந்தபோது நான் மீன்தொட்டியை அலங்கரிக்க உன் கடவுளின் சுனையில் வழவழப்பான கூழாங்கற்களைப் பொறுக்கிக்கொண்டிருந்தேன். அவரது உடல் மிச்சங்கள் வெள்ளைத் துணியில் சுற்றப்பட்டு மூட்டையாக வந்தன. கண்ணீர் வற்றியவளைப் போல் அம்மா வெறித்தபடி இருந்தாள். துளியும் அழவில்லை.

அந்நாட்களில் துப்பாக்கியின் மீதான என் ஆர்வமும் அதிகரித்திருந்தது. என்னைவிட மூத்த சிறுவர்களோடு சேர்ந்து, வெடித்த துப்பாக்கி ரவைகளைச் சேகரிப்பேன். ஆரம்பத்தில் அவற்றைச் சேகரிப்பது கடினமாக இருந்தது. நாளடைவில் நிலத்தில் எந்தச் சிக்கலுமில்லை. அம்மா என்னோடு பேசுவதைக் குறைத்துக்கொண்ட காலம். கூழாங்கற்களுக்குப் பதிலாகத் தோட்டா ரவைகளைக் கொண்டு மீன்தொட்டியை அலங்கரிக்கத் தொடங்கினேன்.

நட்சத்திரங்கள் உதிர்ந்து விழுவதைப் போல் இரும்புக் குண்டுகள் பொழிந்துகொண்டிருந்த இரவில் நான் ஜன்னலைப் பார்த்தபடியே இருந்தேன். இரவு முடிவதற்குள் வானில் நட்சத்திரங்கள் தீர்ந்துவிடும் என்றே நம்பினேன். விடிந்ததும் கண்ணாடித் தொட்டியின் தங்கமீன்களை உற்றுப்பார்த்தேன். தன் சிறிய வாய்ப்பகுதியை மெதுவாக மூடியும் திறந்தும் மெல்லச் சாயத் தொடங்கின. நீந்துதல் நின்றிருந்தது. தங்கமீன்களின் அசைவற்ற கண்கள் என்னை வெறித்து நோக்கின.

நண்பா, என் தந்தையின் மரணத்துக்காகவோ எங்கள் நிலத்தை விரிவுபடுத்தவோ நான் போரிடவில்லை. என் பால்யமும் இங்குதான் இருக்கிறது. அதை இழந்துவிடக் கூடாது என்றே உன்னை எதிர்க்கிறேன். அது அத்துமீறலாக இருக்கலாம். ஆனால், வேறொரு நிலம் தேடி என்னால் மீண்டும் ஓட முடியாது.

ஒருவேளை நீ கடவுளின் சுனையை என்னிடமிருந்து மீட்டுவிட்டால், கட்டாயம் தோண்டிப்பார். உன் தங்கமீன்கள் இரண்டையும் மிகக் கண்ணியமாக அங்குதான் புதைத்துள்ளேன். உன்னுடைய கண்ணாடி மீன்தொட்டி என் மேசையில் இன்னமும் பத்திரமாகத்தான் இருக்கிறது. அதை யாரும் உடைத்துவிடாமல் பார்த்துக்கொள்.

3

விடியல் பொழுதின் வெளிச்சம் வானில் மெல்லப் பரவத் தொடங்கிற்று. ராணுவவீரன் எழுந்து நின்று போராளியின் தோளில் கைகளை ஊன்றி தன் பாரமான பூட்ஸ்களை அணிந்துகொண்டான். இதை அணிவதற்குள் நம் போரே முடிந்துவிடும் என்றான்.

மரத்தடியில் சாய்த்துவைக்கப்பட்டிருந்த துப்பாக்கிகளைப் பார்த்தனர். இரண்டும் ஒரே நிறுவனத்தின் அதே மாடல் என்பதால் எது யாருடையது என்பதில் குழப்பம். வலதுபுறம் இருப்பதை ராணுவவீரன் எடுக்க இடதுபுறத் துப்பாக்கியைப் போராளி எடுத்துக்கொண்டான்.

போராளி தன் கண்களுக்குக் கீழும் முகத்திலும் கறுப்பு மையைத் தடவிய பின் இயந்திரத் துப்பாக்கியைச் சரிபார்த்து முதுகில்

மாட்டிக்கொண்டான். ராணுவவீரன் தன் உள்ளங்கையில் இருக்கும் தோட்டாக்களால் துப்பாக்கியை லோட் செய்து கண்களை இடுக்கி, போராளியைக் குறிபார்த்தான். ஆட்காட்டி விரல் விசையை அழுத்துவதைப் போல் பாவனைகாட்டியது. மண்ணில் சரிந்து விழுந்த மாதிரி நடித்துக்காட்டினான் போராளி. இருவரும் சிரித்துக்கொண்டனர். ரேடியோவை இயக்கிய ராணுவவீரன் தன் அலைவரிசையை டியூன் செய்து கீழாடையில் சொருகிக்கொண்டான். குண்டுவெடிப்புகளின் சத்தம் தூரத்தில் கேட்கத் தொடங்கிற்று. கட்டியணைத்துக் கைகுலுக்கிக்கொண்டனர்.

அவரவரது பதுங்குக்குழிகளை நோக்கி இருவரும் எதிர்த்திசையில் செல்லும் முன் தங்களுக்குள் ஆளுக்கொரு தோட்டாவை மாற்றிப் பரிசளித்துக்கொண்டனர். விரிந்த உள்ளங்கைகளில் தோட்டாக்கள் இரண்டும் தங்கமீன்களைப் போல் பிரகாசித்தன.

●